DINH DƯỠNG
CHỮA BỆNH
RAU CỦ

Original title: NEAL'S YARD REMEDIES HEALING FOODS

Written by Susan Curtis, Pat Thomas and Dragana Vilinac

Copyright © 2013 Dorling Kindersley Limited

Vietnamese edition © 2015 by First News – Tri Viet Publishing Co., Ltd.

Published by arrangement with Dorling Kindersley Limited, UK

All rights reserved.

Tác phẩm: RAU CỦ - DINH DƯỠNG VÀ CHỮA BỆNH

Tác giả: Susan Curtis, Pat Thomas và Dragana Vilinac

Công ty First News – Trí Việt giữ bản quyền xuất bản và phát hành ấn bản tiếng Việt trên toàn thế giới theo hợp đồng chuyển giao bản quyền với Dorling Kindersley Limited, Liên hiệp Anh.

Bất cứ sự sao chép nào không được sự đồng ý của First News đều là bất hợp pháp và vi phạm Luật Xuất bản Việt Nam, Luật Bản quyền Quốc tế và Công ước Bảo hộ Bản quyền Sở hữu Trí tuệ Berne.

Thực hiện: **Thanh Tùng**

Quý độc giả có nhu cầu liên hệ, vui lòng gửi email về:

Bản thảo và bản quyền: **rights@firstnews.com.vn**

Phát hành: **triviet@firstnews.com.vn**

CÔNG TY VĂN HÓA SÁNG TẠO TRÍ VIỆT – FIRST NEWS

11H Nguyễn Thị Minh Khai, Quận 1, TP. HCM

Tel: (84.28) 38227979 – 38227980

Fax: (84.28) 38224560

Web: www.firstnews.com.vn

Healing FOODS

DINH DƯỠNG
CHỮA BỆNH
RAU CỦ

SUSAN CURTIS - PAT THOMAS DRAGANA VILINAC

NGUYỄN MAI TRUNG *dịch*

Tái bản lần thứ 1

First News

NHÀ XUẤT BẢN TỔNG HỢP THÀNH PHỐ HỒ CHÍ MINH

Những biểu tượng sau được sử dụng xuyên suốt quyển sách này, cho biết những lợi ích thu nhận được từ thực phẩm.

TIM & TUẦN HOÀN MÁU

TĂNG CƯỜNG NĂNG LƯỢNG

TIÊU HÓA

CƠ & KHỚP

BÀI TIẾT

DA & TÓC

HÔ HẤP

TÂM TRẠNG

GIẢI ĐỘC/THANH LỌC

MẮT

CÂN BẰNG TRAO ĐỔI CHẤT

SỨC KHỎE NAM GIỚI

HỖ TRỢ MIỄN DỊCH

SỨC KHỎE NỮ GIỚI

Mục Lục

Thực phẩm "Cầu vồng"   8

Bông cải xanh
Broccoli   10

Bắp cải
Cabbage   14

Cải xoăn
Kale   18

Cải ngựa
Horseradish   22

Ớt chuông
Sweet peppers   26

Dưa leo
Cucumber   30

Bí đỏ
Winter squashes   34

Bí ngòi
Courgettes   38

Bắp/ngô
Corn   42

A-ti-sô
Artichoke   46

Cà tím
Aubergine   50

Cà chua
Tomatoes   54

Xà lách
Lettuce   58

Cải bó xôi
Spinach   62

Xà lách xoong
Watercress   66

Cải bẹ xanh
Mustard greens   70

Cải lông
Rocket   74

Rau diếp xoăn
Chicory   78

Đậu que
Green beans   82

Đậu bắp
Okra   86

Đậu Hà Lan
Peas   90

Măng tây
Asparagus   94

Đại hoàng
Rhubarb   98

Củ dền
Beetroot   102

Cà rốt
Carrots   106

Củ cải
Radishes   110

Khoai tây
Potatoes   114

*"Hãy tận dụng
những đặc tính kỳ diệu
từ các loại thực phẩm
để đem lại lợi ích cho
sức khỏe."*

Thực phẩm chúng ta ăn hàng ngày không chỉ ảnh hưởng đến sức khỏe thể chất, mà còn tác động đến trạng thái lành mạnh về cảm xúc, tinh thần. Nhận thức rõ về chế độ dinh dưỡng đang áp dụng và đặc tính chữa bệnh của các loại thực phẩm sẽ giúp bạn có những điều chỉnh cần thiết để đáp ứng nhu cầu cơ thể, tạo nên sự thay đổi kỳ diệu nhằm duy trì và cải thiện tình trạng sức khỏe.

Dù lối sống hiện tại của bạn như thế nào, không khó để bắt đầu với những thay đổi nhỏ ngay từ đây!

THỰC PHẨM "CẦU VỒNG"

Hợp chất hóa học tự nhiên (phytonutrient) là các hợp chất có hoạt tính sinh học có trong thực vật, giúp tạo màu sắc và hương vị cho rau củ quả. Mặc dù không đóng vai trò cốt yếu trong hoạt động sống của cơ thể, nhưng vitamin và chất khoáng lại hỗ trợ cơ thể theo nhiều cách khác nhau.

HOẠT TÍNH CHỐNG OXY HÓA THEO MÀU SẮC THỰC PHẨM

MÀU SẮC	HỢP CHẤT HÓA HỌC TỰ NHIÊN	ĐẶC TÍNH	NGUỒN THỰC PHẨM
MÀU XANH LÁ	LUTEIN	Bảo vệ mắt; tăng cường miễn dịch; tăng cường sức khỏe mô, da và máu	Cải xoăn (kale), cải rổ, dưa leo, bí ngòi (xanh), quả bơ, măng tây, đậu Hà Lan, đậu que...
	CHLOROPHYLL	Khử độc; giúp tạo hồng cầu và collagen; tăng cường năng lượng và sức khỏe	Các loại rau ăn lá xanh, rau mầm, vi tảo
	INDOLES	Có các đặc tính chống ung thư; hỗ trợ cân bằng hormone	Cải Brussels, bông cải xanh, cải bó xôi, bắp cải, củ cải

MÀU CAM/VÀNG

CAROTENE (bao gồm: alpha-, beta- và delta-carotene)	Là nguồn dồi dào vitamin A; có đặc tính chống ung thư và bảo vệ tim; bảo vệ màng nhầy	Các loại rau củ quả có màu vàng/cam (ớt chuông, bí đỏ, cà rốt, mơ, xoài, cam, bưởi)
XANTHOPHYLL (bao gồm: zeaxanthin và astaxanthin)	Là nguồn dồi dào vitamin A; có đặc tính chống ung thư; bảo vệ mắt và não; tăng cường khả năng miễn dịch	Hầu hết các loại rau củ quả có màu vàng/cam

MÀU ĐỎ

LYCOPENE	Phòng chống bệnh tim mạch, ung thư (đặc biệt là ung thư tuyến tiền liệt); tăng cường thị lực	Cà chua, dưa hấu, câu kỷ, đu đủ, bắp cải đỏ
ANTHOCYANIN	Giảm nguy cơ mắc bệnh tim mạch, ung thư và bệnh thoái hóa dây thần kinh	Nam việt quất, dâu tây, mâm xôi, anh đào

MÀU TÍM/ XANH DƯƠNG

ANTHOCYANIN	Ngăn ngừa các gốc tự do; có đặc tính chống ung thư; chống lão hóa	Việt quất, cà tím, nho
RESVERATROL	Có đặc tính chống ung thư; cân bằng hormone	Nho, dâu tằm, ca cao

MÀU TRẮNG

ALLYL SULPHIDE	Tăng cường miễn dịch; phòng chống ung thư và kháng viêm	Hành, tỏi, hẹ
ANTHOXANTHIN	Giảm cholesterol và huyết áp; giảm nguy cơ mắc bệnh ung thư và tim mạch	Chuối, bông cải trắng, nấm, hành, củ cải, khoai tây, tỏi, gừng

BÔNG CẢI XANH *BROCCOLI*

 TĂNG CƯỜNG SỨC KHỎE TUYẾN TIỀN LIỆT

 TĂNG CƯỜNG KHẢ NĂNG TỔNG HỢP COLLAGEN

 TĂNG CƯỜNG KHẢ NĂNG MIỄN DỊCH

 BẢO VỆ MẮT

Loại rau thuộc họ bắp cải này có nhiều dược tính, bao gồm tính năng kháng khuẩn và tăng cường khả năng **miễn dịch**. Bông cải xanh giàu **vitamin C** và **chất xơ**, chứa nhiều hoạt chất hóa học tự nhiên nhóm carotenoid (đặc biệt là lutein giúp bảo vệ mắt) nhất - so với các loại rau khác cùng họ. Đây cũng là nguồn dồi dào indole-3-carbinol, một chất hóa học giúp tăng cường khả năng **tái tạo ADN** trong tế bào và ngăn chặn sự tăng trưởng của các tế bào ung thư.

BÔNG CẢI TÍM

Chứa nhiều hoạt chất chống oxy hóa hơn các loại rau lá xanh, nhưng dễ mất chất dinh dưỡng khi được nấu chín.

MẦM BÔNG CẢI XANH

Giàu hoạt chất chống ung thư sulphoraphane hơn bông cải xanh.

CÔNG DỤNG

TĂNG CƯỜNG SỨC KHỎE TUYẾN TIỀN LIỆT

Chế độ dinh dưỡng giàu bông cải xanh giúp giảm nguy cơ mắc ung thư tuyến tiền liệt.

TỐT CHO DA

Bông cải xanh chứa axít pantothenic, beta-carotene (tiền chất vitamin A) và hợp chất sulphur, tất cả các hoạt chất này đều tốt cho da. Bông cải xanh cũng giàu vitamin C, hỗ trợ tổng hợp collagen và tái tạo các mô bị tổn thương.

TĂNG CƯỜNG KHẢ NĂNG MIỄN DỊCH

Bông cải xanh giàu vitamin C hơn các loại quả có múi và giàu hoạt chất chống oxy hóa beta-carotene. Bông cải xanh được xem là nguồn thực phẩm lý tưởng giúp duy trì khả năng miễn dịch.

BẢO VỆ MẮT

Bông cải xanh giàu lutein, một hoạt chất chống oxy hóa giúp tăng cường sức khỏe cho mắt, tim và tuần hoàn máu.

Lá

Chứa nhiều beta-carotene hơn phần bông, thân và cuống

BÔNG CẢI XANH

Nhiều vitamin C hơn các loại quả có múi.

HẤP THU TỐI ĐA DƯỠNG CHẤT

BÔNG CẢI HẤP

Nên ăn sống hoặc hấp sơ để giữ lại lượng vitamin C, sắt và chlorophyll có trong bông cải.

ĂN BÔNG CẢI TÍM

Bông cải tím chứa nhiều hoạt chất chống oxy hóa và hợp chất hóa học tự nhiên sulphoraphane hơn bông cải xanh, giúp giải độc và phòng chống ung thư.

RAU MẦM

Mầm bông cải xanh chứa ít chất dinh dưỡng nhưng lại giàu sulphoraphane giúp ngăn ngừa ung thư.

CHẾ BIẾN

MÌ SOBA XÀO BÔNG CẢI

Rutin trong kiều mạch, vitamin C trong bông cải xanh và chất béo trong dầu ô liu giúp giảm lượng cholesterol trong cơ thể.

RAU TRỘN

Lá bông cải xanh và rau mầm sẽ bổ sung thêm dinh dưỡng cho món rau trộn.

ĂN BÔNG CẢI XANH VỚI CÀ CHUA

Để làm chậm quá trình phát triển ung thư tuyến tiền liệt – hiệu quả hơn so với việc chỉ ăn từng loại một.

Bắp cải Cabbage

 LÀM LÀNH VIÊM LOÉT   **TĂNG CƯỜNG CHỨC NĂNG GAN**   **NGĂN NGỪA CÁC TỔN THƯƠNG DA DO GỐC TỰ DO GÂY NÊN**

Bắp cải được xem là loại thực phẩm giúp **lọc máu**, tăng cường sức khỏe **da** và là bài thuốc dân gian giúp **chữa viêm loét**. Vị đắng của bắp cải kích thích dịch ruột tiêu hóa thức ăn hiệu quả hơn và có tác dụng **lợi tiểu** nhẹ.

BẮP CẢI XANH

Chứa đa dạng các chất dinh dưỡng, gồm cả vitamin U – một hợp chất có tính năng chữa viêm loét.

BẮP CẢI TÍM

Hàm lượng vitamin C cao gấp 2 – 8 lần so với các loại bắp cải khác và giàu các hợp chất hóa học tự nhiên nhóm anthocyanin.

CÔNG DỤNG

CHỮA LÀNH VIÊM LOÉT

Bắp cải chứa một lượng lớn vitamin U, hoặc S-methylmethionine. Vitamin U giúp chữa lành các vết loét dạ dày và tá tràng.

TĂNG CƯỜNG CHỨC NĂNG GAN

Bắp cải giúp kích thích sản sinh glutathione, một hợp chất chống oxy hóa nội tiết đóng vai trò quan trọng trong quá trình khử độc của gan.

BẢO VỆ DA

Bắp cải chứa vitamin C, K và các hợp chất chống oxy hóa giúp bảo vệ da khỏi các tổn thương do gốc tự do gây ra. Hàm lượng lưu huỳnh trong loại rau này có thể giúp ngăn ngừa mụn và bệnh chàm bội nhiễm (Eczema).

KHÁNG KÝ SINH TRÙNG

Hàm lượng cao lưu huỳnh trong bắp cải giúp đường ruột không bị ký sinh trùng xâm nhập. Bắp cải cũng giàu chất xơ, giúp điều hòa đường ruột.

CẢI BRUSSELS

Giàu hoạt chất chống ung thư glucosinolate hơn các loại bắp cải khác.

HẤP THU TỐI ĐA DƯỠNG CHẤT

NẤU SƠ

Bắp cải sẽ lưu lại nhiều chất dinh dưỡng và dược tính hơn nếu được nấu sơ hoặc ăn sống.

ĂN CẢI THÌA

Cải thìa giàu vitamin A, B6, C, beta-carotene, canxi, kali và chất xơ.

ĂN BẮP CẢI TÍM

Bắp cải tím giàu vitamin C và hợp chất chống oxy hóa nhóm anthocyanin giúp giảm nguy cơ mắc bệnh tim, đái tháo đường và một số bệnh ung thư.

ĂN LỚP LÁ NGOÀI

Lớp lá ngoài chứa nhiều vitamin E và hơn 30% lượng canxi so với lớp lá bên trong.

BẮP CẢI CUỐN

Lớp lá to là nguyên liệu lý tưởng cho các món cuốn. Dùng lá bắp cải để cuốn cơm, đậu và các loại rau khác.

NƯỚC ÉP BẮP CẢI

Đây là loại nước uống tốt cho da và chứng viêm loét. Nếu bạn cảm thấy nước ép quá hăng nồng, hãy thử pha với nước ép cần tây.

SAUERKRAUT

Ăn món bắp cải muối chua kiểu Đức này sẽ giúp làm sạch và tăng cường sức khỏe đường ruột.

CẢI THÌA
Giàu beta-carotene, vitamin C và B6.

CẢI XOĂN *KALE*

 GIÚP XƯƠNG CHẮC KHỎE   **NGĂN NGỪA SƯNG VIÊM**   **GIẢM CHOLESTEROL**   **GIÚP CÂN BẰNG OESTROGEN**

Cải xoăn được trồng phổ biến trong những năm gần đây do giá trị dinh dưỡng của loại rau này - giàu beta-carotene, **vitamin C, K** và **folate**; là nguồn dồi dào **chlorophyll**; canxi và sắt trong cải xoăn là loại dễ hấp thu. Các hoạt chất **chống oxy hóa** và axit béo omega-3 trong cải xoăn giúp **kháng viêm** mạnh mẽ. Ngoài ra, ăn cải xoăn cũng giúp cân bằng **hormone** và giảm **cholesterol**.

CẢI XOĂN LÁ DÀI

Lá có màu xanh đậm – hơi ngả màu xanh dương, giàu chlorophyll và folate.

CẢI XOĂN (Curly Kale)

Chứa hoạt chất chống oxy hóa kaempferol và quercetin giúp kháng sưng viêm. Loại cải này đứng đầu bảng trong họ cải xoăn về các đặc tính có lợi cho sức khỏe.

CÔNG DỤNG

GIÚP XƯƠNG CHẮC KHỎE

Cải xoăn giàu canxi, magiê và vitamin K giúp xương chắc khỏe và ngăn ngừa bệnh loãng xương.

CHỐNG OXY HÓA

Cải xoăn giàu các hoạt chất chống oxy hóa – bao gồm kaempferol và quercetin – giúp kháng viêm và ngăn ngừa một số bệnh như bệnh đái tháo đường, viêm khớp, đột quỵ và bệnh tim.

GIẢM CHOLESTEROL

Chất xơ trong cải xoăn "bám" vào cholesterol và đưa chúng ra khỏi máu, giúp giảm nguy cơ mắc bệnh tim và đột quỵ.

KÍCH THÍCH TIÊU HÓA

Vị đắng của cải giúp kích thích tiêu hóa và xoa dịu chứng tắc nghẽn phổi.

CẢI XOĂN TÍM

Giàu hoạt chất hóa học tự nhiên nhóm anthocyanin (chứa sắc tố đỏ) hơn cải xoăn lá xanh.

CÂN BẰNG HORMONE

Cải xoăn chứa indole, một hợp chất tự nhiên giúp đẩy nhanh quá trình tái tạo ADN và có tính năng kháng oestrogen giúp ngăn ngừa các bệnh ung thư liên quan đến oestrogen (như ung thư vú).

CHỮA LÀNH VIÊM LOÉT

Nước ép cải xoăn giàu lưu huỳnh, giúp làm lành các vết viêm loét dạ dày và tá tràng.

HẤP THU TỐI ĐA DƯỠNG CHẤT

ĂN KÈM VỚI CHANH

Cải xoăn ăn kèm với chanh hoặc các loại quả có múi khác để giúp hấp thu canxi và sắt tốt hơn.

NẤU SƠ

Càng hạn chế tác động của nhiệt lên rau cải, càng nhiều dưỡng chất được giữ lại. Xào, nấu sơ lá cải xoăn để không làm mất đi hoạt tính giảm cholesterol.

Chế biến

NƯỚC ÉP

Xay cải xoăn với gừng và nước ép táo; hoặc thử hỗn hợp nước ép cần tây, cải xoăn và nước dừa tươi.

SỐT PESTO

Thay thế lá húng quế và hạt thông trong sốt pesto bằng 400 g cải xoăn (bỏ phần cuống lá) và 300 g hạt óc chó rang. Ăn kèm sốt này với súp, món hầm, mì Ý hoặc làm sốt trộn rau.

CẢI NGỰA *HORSERADISH*

 CÓ TÁC DỤNG KHÁNG SINH & KHÁNG KHUẨN

 THANH LỌC CƠ THỂ

 LỢI TIỂU

 GIÚP THÔNG THOÁNG ĐƯỜNG THỞ

Loại rễ củ này có mùi hăng, chứa đa dạng các dưỡng chất với lượng rất nhỏ. Dầu cải ngựa dễ bay hơi nhưng lại có **dược tính**. Hoạt chất trong dầu là allyl isothiocyanate có tác dụng tăng cường **trao đổi chất**; và đặc tính **kháng sinh**, **kháng khuẩn** của cải ngựa cũng giúp ngăn ngừa các bệnh liên quan đến ăn uống. Đây là lý do tại sao trước khi có tủ lạnh để bảo quản thực phẩm, cải ngựa thường được dùng kèm với thịt, cá để duy trì sức khỏe hệ tiêu hóa.

RỄ

Chứa tinh dầu dễ bay hơi, giúp ngăn ngừa các bệnh liên quan đến đường ăn uống – như bệnh do nhiễm khuẩn listeria và E.coli.

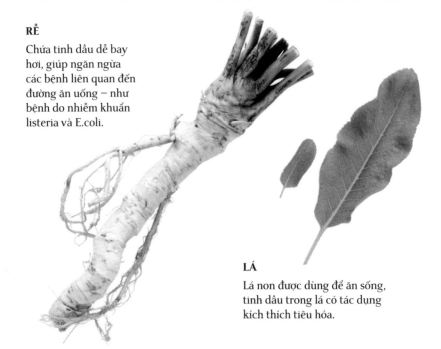

LÁ

Lá non được dùng để ăn sống, tinh dầu trong lá có tác dụng kích thích tiêu hóa.

CÔNG DỤNG

KHÁNG SINH & KHÁNG KHUẨN

Các nghiên cứu cho thấy cải ngựa có tác dụng "đánh bật" các vi khuẩn có hại như *listeria, E. coli* và *staphylococcus*. Hoạt chất allyl isothiocyanate cũng được xem là có tác dụng tẩy trừ giun sán đường ruột.

THANH LỌC CƠ THỂ

Là một loại thực phẩm có tác dụng kích thích, cải ngựa giúp hỗ trợ tiêu hóa, đẩy nhanh tuần hoàn máu và giúp hạ sốt bằng cách làm vã mồ hôi.

TĂNG CƯỜNG BÀI TIẾT

Cải ngựa được xem là phương thuốc dân gian dùng để chữa trị tích nước, viêm nhiễm đường tiết niệu và sỏi thận.

NGĂN NGỪA VIÊM XOANG

Tương tự như ớt và tiêu, cải ngựa kích thích tiết ra chất nhầy, mở rộng và làm sạch các xoang. Hãy thử dùng cải ngựa khi bắt đầu có dấu hiệu bị cảm, cúm hoặc ho.

HẤP THU TỐI ĐA DƯỠNG CHẤT

CHỌN LOẠI TƯƠI & ĂN SỐNG

Cải ngựa được xay nhuyễn rồi để lâu ngoài không khí hoặc nấu chín kỹ thì các tính năng kỳ diệu của chúng sẽ mất đi, vì vậy tốt nhất là sử dụng lúc còn tươi và nên ăn sống.

ĂN LÁ

Lá non có mùi vị dễ chịu, thích hợp cho món rau trộn. Lá già được dùng để xào nấu, tương tự như cải bó xôi và cải xoăn.

ĂN KÈM VỚI CÁC LOẠI RAU CỦ

Các nghiên cứu cho thấy cải ngựa hoặc wasabi dùng kèm với các loại rau củ, như bông cải xanh, giúp gia tăng lượng dưỡng chất hấp thu vào cơ thể.

CHẾ BIẾN

GIA VỊ

Cải ngựa xay nhuyễn được dùng để trộn với sốt mayonnaise, kem chua, sữa chua hoặc kem phô mai (cream cheese), thêm chút lá gia vị tươi và nêm với một ít gia vị.

THUỐC CHỮA KHÀN GIỌNG

Ngâm 2 muỗng rễ cải ngựa xay nhuyễn với 1 muỗng giấm và 75 ml nước sôi trong 1 giờ. Thêm 300 ml mật ong. Cứ mỗi giờ thì dùng 1 muỗng cho đến khi thuyên giảm.

WASABI

Đôi khi còn được gọi là cải ngựa Nhật, wasabi không thật sự thuộc họ cải ngựa nhưng rễ của chúng thì lại có những đặc tính tương tự như cải ngựa.

ỚT CHUÔNG *SWEET* PEPPERS

 THÚC ĐẨY QUÁ TRÌNH TỔNG HỢP COLLAGEN   **NGĂN NGỪA BỆNH ĐỤC THỦY TINH THỂ**   **BẢO VỆ MẠCH MÁU**   **CHỨA CÁC HOẠT CHẤT KHÁNG UNG THƯ**

Thuộc họ cà chua và cà tím, ớt chuông giàu các hoạt chất **chống oxy hóa** giúp tăng cường sức khỏe **tim** và **mắt**. Vitamin C, có trong ớt chuông, giúp tăng hàm lượng **collagen** và ngăn ngừa **ung thư phổi**. Ớt chuông không chứa hợp chất capsaicin, được tìm thấy nhiều trong ớt, nhưng bù lại thì chứa nhiều dưỡng chất thiết yếu khác.

ỚT CHUÔNG ĐỎ

Chứa nhiều dưỡng chất và các hoạt chất chống oxy hóa hơn so với các loại ớt chuông khác.

ỚT CHUÔNG XANH

Quả sẽ chuyển sang màu đỏ tươi khi chín, nhưng ngay lúc này thì lượng vitamin C đã nhiều gấp 2 lần so với cam.

ỚT CHUÔNG VÀNG

Ớt chuông vàng và đỏ có hàm lượng vitamin C cao gấp 3 lần so với cam.

CÔNG DỤNG

DA & XƯƠNG

Ớt chuông chứa vitamin C cần thiết cho quá trình tổng hợp collagen, một loại protein cấu trúc chính trong cơ thể, giúp tăng cường sức khỏe mạch máu, da và xương.

BẢO VỆ MẮT

Ớt chuông chứa hỗn hợp các hoạt chất beta-carotene, vitamin C, lutein và zeaxanthine giúp ngăn ngừa bệnh đục thủy tinh thể và bệnh thoái hóa điểm vàng do lão hóa.

PHÒNG CHỐNG UNG THƯ PHỔI

Beta-cryptoxanthin, có nhiều trong ớt chuông đỏ, giúp ngăn ngừa nguy cơ mắc bệnh ung thư phổi.

BẢO VỆ TIM

Hàm lượng hoạt chất chống oxy hóa – bao gồm beta-carotene, capsanthin, quercetin và luteolin – giúp ngăn chặn quá trình oxy hóa cholesterol, nguyên nhân gây ra các tổn thương cho tim và mạch máu. Chế độ dinh dưỡng giàu các hoạt chất chống oxy hóa giúp ngăn chặn hình thành các cục máu đông và giảm nguy cơ đột quỵ.

HẤP THU TỐI ĐA DƯỠNG CHẤT

ĂN ỚT CHUÔNG ĐỎ

Ớt chuông đỏ chứa hàm lượng đáng kể dưỡng chất so với ớt chuông xanh, bao gồm lycopene giúp ngăn ngừa ung thư tuyến tiền liệt, ung thư cổ tử cung, ung thư bàng quang, ung thư tuyến tụy và làm giảm nguy cơ mắc bệnh tim.

CHẾ BIẾN THEO... MÀU

Nấu nướng sẽ làm giảm hàm lượng vitamin C trong ớt chuông xanh nhưng lại làm tăng hàm lượng beta-carotene; trong khi đó hàm lượng vitamin C trong ớt chuông đỏ tăng lên, còn beta-carotene thì giảm đi. Ớt chuông vàng giàu vitamin C, có thể là lựa chọn tối ưu nếu bạn muốn hấp thu nhiều vitamin này, nhưng xét cho cùng thì xào nấu ớt chuông đỏ vẫn cung cấp nhiều dưỡng chất hơn.

CHẾ BIẾN

ĂN SỐNG

Xắt ớt thành cọng vừa ăn, chấm với sốt đặc hoặc sữa chua; hoặc trộn chung với các loại rau củ khác.

ỚT CHUÔNG NHỒI

Nhồi ớt chuông với cơm, nấm, các loại rau củ khác và một ít rau thơm.

Dưa leo *Cucumber*

 PHÒNG CHỐNG BỆNH UNG THƯ DO OESTROGEN GÂY RA   **LỢI TIỂU**   **LÀM SẠCH & DUY TRÌ SỨC KHỎE ĐƯỜNG RUỘT**   **DUY TRÌ SỨC KHỎE TIM MẠCH**

Thành viên thuộc họ bầu, bí này chứa các **khoáng chất** và **vitamin** dễ hấp thu, các **chất điện giải**. Ngoài ra, dưa leo cũng chứa oestrogen thực vật và các enzyme tiêu hóa. Là loại quả nhiều nước, dưa leo có thể được ăn sống để **bù nước** vào những ngày nóng bức.

DƯA LEO GAI

Lớp vỏ chứa nhiều dưỡng chất có lợi.

DƯA LEO TRƠN

Mặc dù chứa đến 98% nước nhưng quả cũng dồi dào các loại vitamin và khoáng chất.

CÔNG DỤNG

TĂNG CƯỜNG OESTROGEN THỰC VẬT

Dưa leo chứa hợp chất lariciresinol, secoisolariciresinol và pinoresinol, 3 hoạt chất lignan (hormone thực vật) giúp giảm nguy cơ mắc bệnh tim mạch và một số bệnh ung thư (như ung thư vú, ung thư tử cung, ung thư buồng trứng và ung thư tuyến tiền liệt).

CÂN BẰNG NƯỚC

Khả năng cân bằng nước trong cơ thể khiến cho dưa leo trở nên quan trọng đối với các vấn đề về tim và thận. Dưa leo cũng có tác dụng lợi tiểu nhẹ và ngăn ngừa táo bón.

HỖ TRỢ CHỨC NĂNG TIẾT NIỆU

Axít caffeic trong dưa leo giúp hạn chế tích nước trong cơ thể. Các dưỡng chất khác giúp hòa tan axít uric tích tụ và ngăn ngừa sỏi thận, sỏi bàng quang.

GIẢM CHOLESTEROL

Dưa leo chứa hợp chất sterol thực vật giúp giảm các cholesterol "xấu" (LDL).

TĂNG CƯỜNG SỨC KHỎE ĐƯỜNG RUỘT

Dưa leo chứa erepsin, một enzyme tiêu hóa giúp phá vỡ protein. Dưa leo cũng có tác dụng kháng khuẩn, làm sạch và giữ cho đường ruột khỏe mạnh.

HẤP THU TỐI ĐA DƯỠNG CHẤT

ĂN CẢ HẠT

Hạt có tác dụng lợi tiểu.

ĂN CẢ VỎ

Vỏ dưa leo là nguồn dồi dào silic, chlorophyll và hoạt chất có vị đắng hỗ trợ tiêu hóa. Vỏ dưa cũng tập trung các sterol giúp giảm cholesterol "xấu".

CHẾ BIẾN

SỐT

Trộn dưa leo (xay nhuyễn) với sữa chua kiểu Hy Lạp, tỏi (xay nhuyễn), nước chanh, dầu ô liu và lá bạc hà tươi để làm món sốt tzatziki.

Trộn dưa leo (xay nhuyễn) với gia vị và sữa chua để làm món sốt raita Ấn Độ.

NƯỚC DƯA LEO

Ép nước dưa leo cùng các loại rau củ quả khác; thêm vài lát dưa leo vào bình nước lạnh; hoặc uống trà vỏ dưa leo để chữa trị sưng phồng ở tay và chân.

BÍ ĐỎ WINTER SQUASHES

 PHÒNG CHỐNG SƯNG VIÊM   **GIẢM NGUY CƠ MẮC BỆNH TIM MẠCH & ĐỘT QUY**   **ĐIỀU HÒA ĐƯỜNG RUỘT**   **TĂNG CƯỜNG SỨC KHỎE CHO THAI PHỤ**

Bí đỏ có thịt màu cam tươi, chứa các dưỡng chất có lợi cho sức khỏe. Đây là nguồn dồi dào **carbohydrate**, **magiê** và hoạt chất chống oxy hóa nhóm **carotenoid** giúp cải thiện sức khỏe **tim mạch**, tăng cường **tiêu hóa** và có lợi cho **thai phụ**. Không giống như các loại bầu bí chứa nhiều nước khác (như dưa hường, bí ngòi), bí đỏ thường có lớp vỏ cứng để có thể bảo quản tốt trong những tháng mùa đông.

BÍ NGÔ

Giàu chất xơ, vị ngọt hơn các loại bí khác.

BÍ DÂU (Acorn Squash)

Quả tròn, nhỏ; thịt quả chắc và có vị ngọt nhẹ.

CÔNG DỤNG

BỔ SUNG CARBOHYDRATE

Khoảng 50% hàm lượng carbohydrate trong bí đỏ ở dạng phức hợp hoặc polysaccharide (bao gồm pectin). Các hoạt chất này có tác dụng chống oxy hóa và kháng viêm. Ngoài ra, bí đỏ còn có đặc tính điều hòa insulin trong cơ thể.

BẢO VỆ TIM MẠCH

Bí đỏ chứa một dãy rộng các dưỡng chất như alpha và beta-carotene, vitamin C, mangan và magiê giúp tăng cường sức khỏe tim mạch, phòng chống đột quỵ và điều hòa huyết áp. Hàm lượng folate trong bí đỏ giúp giảm lượng homocystein (khi hiện diện với nồng độ cao sẽ là nhân tố gây ra bệnh tim mạch).

TĂNG CƯỜNG SỨC KHỎE ĐƯỜNG RUỘT

Bí đỏ giàu chất xơ giúp điều hòa đường ruột.

TĂNG CƯỜNG SỨC KHỎE THAI PHỤ

Bí đỏ chứa một lượng lớn folate, được xem là thực phẩm tối ưu cho thai phụ. Folate trong bí đỏ góp phần ngăn ngừa các khuyết tật trong giai đoạn hình thành ống thần kinh của thai nhi.

BÍ HỒ LÔ

Thịt quả béo và có vỏ mỏng ăn được.

HẤP THU TỐI ĐA DƯỠNG CHẤT

HẠT BÍ

Hạt bí chứa chất béo, protein và chất xơ có lợi cho sức khỏe. Hạt bí được xem là bài thuốc dân gian dùng để chữa trị các vấn đề liên quan đến tuyến tiền liệt và tiết niệu. Ngoài ra, hàm lượng chất béo cao và carbohydrate thấp trong hạt cũng có lợi cho sức khỏe tim mạch.

ĂN CẢ VỎ

Chọn loại bí có vỏ mỏng, như bí hồ lô. Nấu chín và ăn cả phần vỏ giàu dưỡng chất.

CHỌN QUẢ ĐƯỢC TRỒNG THEO PHƯƠNG PHÁP HỮU CƠ

Bí đỏ có khả năng hấp thu kim loại nặng và các độc chất khác, vì vậy hãy chọn loại được trồng theo phương pháp hữu cơ để đảm bảo an toàn sức khỏe.

CHẾ BIẾN

HẠT BÍ RANG

Rang hạt bí trên chảo khoảng 15 phút, rồi thưởng thức để bổ sung axít béo có lợi cho sức khỏe.

BÍ NƯỚNG

Ướp bí đỏ (xắt vuông) với dầu ô liu và gia vị, nướng với nhiệt độ trung bình trong vòng 35 – 40 phút.

Bí ngòi Courgettes

 CÂN BẰNG NƯỚC TRONG CƠ THỂ   **GIẢM NGUY CƠ PHÌ ĐẠI TUYẾN TIỀN LIỆT**   **GIẢM CHOLESTEROL & GIẢM NGUY CƠ ĐỘT QUY**   **TĂNG CƯỜNG HIỆU QUẢ TRAO ĐỔI CHẤT**

Bí ngòi chứa nhiều **nước, calo** thấp và là thực phẩm lý tưởng giúp **thanh lọc** cơ thể, có khả năng giảm nhẹ các chứng bệnh liên quan đến tuyến tiền liệt ở nam giới. Hàm lượng **vitamin C** và **kali** trong bí ngòi cao hơn các loại bí khác. Loại quả này cũng chứa **beta-carotene**, photpho và folate.

BÍ NGÒI XANH

Các chất dinh dưỡng như folate, vitamin C tập trung nhiều ở lớp vỏ ngoài.

BÍ NGÒI VÀNG

Giàu hoạt chất chống oxy hóa nhóm carotene, như lutein và zeaxanthin.

CÔNG DỤNG

LỢI TIỂU & NHUẬN TRƯỜNG

Các hoạt chất tự nhiên trong bí ngòi giúp điều hòa đường ruột và cân bằng nước trong cơ thể. Các hoạt chất này cũng có thể giảm nhẹ các triệu chứng của bệnh phì đại tuyến tiền liệt ở nam giới.

GIẢM CHOLESTEROL

Hỗn hợp chất xơ, vitamin C và beta-carotene trong bí ngòi giúp điều hòa đường huyết.

BẢO VỆ TIM

Bí ngòi chứa magiê, một loại khoáng chất được chứng minh là có khả năng làm giảm nguy cơ nhồi máu cơ tim và đột quỵ. Bí ngòi cũng chứa folate, hoạt chất có tác dụng phân hủy homocysteine – tác nhân làm gia tăng nguy cơ nhồi máu cơ tim và đột quỵ.

CÂN BẰNG TRAO ĐỔI CHẤT

Hấp thu mangan từ bí ngòi giúp cơ thể chuyển hóa protein, carbohydrate và tiêu hóa chất béo, góp phần vào việc sản sinh hormone sinh dục, giảm huyết áp.

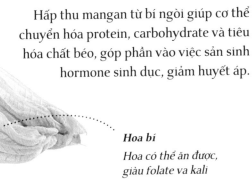

Hoa bí

*Hoa có thể ăn được,
giàu folate va kali*

HẤP THU TỐI ĐA DƯỠNG CHẤT

ĂN CẢ QUẢ

Từ vỏ đến hạt của bí ngòi đều có thể ăn được. Là loại thực phẩm có tính làm dịu và giảm đau, bí ngòi rất hữu ích trong việc làm dịu cho tuyến thượng thận làm việc "quá sức" và những căng thẳng thần kinh. Bí ngòi không thể bảo quản lâu, cần sử dụng ngay khi quả còn tươi.

ĂN CẢ VỎ

Lớp vỏ ngoài tập trung các dưỡng chất quan trọng, bao gồm lutein và zeaxanthin, giúp tăng cường sức khỏe mắt.

NƯỚC ÉP

Nước ép bí ngòi giàu khoáng chất và dễ hấp thu. Uống nước ép là cách giúp cơ thể hấp thu khoáng chất nhanh nhất.

CHẾ BIẾN

ĂN SỐNG

Sử dụng bí ngòi cho các món rau trộn; hoặc chấm ăn cùng những loại sốt đặc biệt.

BÍ NHỒI

Cắt dọc quả bí, khoét bỏ hạt, nhồi vào trong đó hỗn hợp ngũ cốc, đậu và/hoặc rau củ. Nướng bí ở nhiệt độ trung bình cho đến khi mềm.

Bắp/ngô Corn

 NGĂN NGỪA BỆNH MẮT THỊ GIÁC DO LÃO HÓA

 GIẢM NGUY CƠ PHÌ ĐẠI TUYẾN TIỀN LIỆT

 TĂNG CƯỜNG SỨC KHỎE ĐƯỜNG TIÊU HÓA

Nhiều giống bắp được trồng hiện nay là loại đã biến đổi gen, các giống bắp vàng ngày nay có hàm lượng đường rất cao. Tuy nhiên, các giống bắp truyền thống, đặc biệt là bắp xanh, có **giá trị dinh dưỡng rất cao** giúp cân bằng **đường huyết**, tăng cường **sức khỏe mắt**, làm thông suốt **đường tiết niệu**. Bắp vàng chứa nhiều **beta-carotene** hơn, trong khi bắp đỏ và bắp xanh chứa nhiều **anthocyanin** hơn.

Râu bắp

Có tác dụng lợi tiểu và giảm nhẹ phì đại tuyến tiền liệt

Hạt

Là nguồn dồi dào beta-carotene và lutein giúp duy trì sức khỏe da và mắt

BẮP XANH

Hàm lượng protein nhiều hơn 30% so với bắp vàng; chứa các hoạt chất chống oxy hóa, bao gồm axít protocatechuic (cũng được tìm thấy trong trà xanh).

CÔNG DỤNG

BẢO VỆ MẮT

Hợp chất nhóm carotenoid trong bắp, như zeaxanthin và lutein, giúp tăng cường sức khỏe mắt và ngăn ngừa bệnh thoái hóa điểm vàng do lão hóa.

TĂNG CƯỜNG SỨC KHỎE TUYẾN TIỀN LIỆT

Hàm lượng đáng kể kali trong râu bắp giúp làm dịu sưng viêm đường tiết niệu, giúp lợi tiểu và ngăn ngừa nguy cơ phì đại tuyến tiền liệt.

TĂNG CƯỜNG SỨC KHỎE ĐƯỜNG TIÊU HÓA

Bắp chứa chất xơ hòa tan giúp điều hòa quá trình lọc các chất cặn bã trong cơ thể. Ngoài ra, chất xơ hòa tan còn giúp kiểm soát đường huyết.

BẮP NON

Được thu hoạch khi còn non, chứa chất xơ hòa tan.

HẤP THU TỐI ĐA DƯỠNG CHẤT

BẮP RANG

Không bổ sung bơ, đường và muối, bắp rang là món ăn giàu chất xơ và ít calo. Chọn các giống bắp truyền thống có nhiều màu, được trồng theo phương pháp hữu cơ để hấp thu tối đa dưỡng chất có lợi cho sức khỏe.

BỘT BẮP

Được xay nghiền từ hạt bắp khô. Quá trình sấy khô bắp làm tăng hàm lượng vitamin nhóm B như niacin, thiamine, axít pantothenic và folate.

ĂN SỐNG hoặc LUỘC SƠ

Thêm bắp non hoặc hạt bắp (luộc sơ) vào món rau trộn, món xào.

CHẾ BIẾN

TRÀ RÂU BẮP

Ngâm ¼ tách râu bắp trong nước sôi khoảng 5 phút. Đây là loại thức uống giúp lợi tiểu.

POLENTA

Đun bột bắp trong nước cho đến khi sánh đặc. Để nguội, tạo hình, rồi nướng ở nhiệt độ vừa hoặc ép thành từng bánh mỏng, chiên áp chảo.

SÚP BẮP

Tách hạt bắp (6 trái), chần sơ cho mềm. Xào hành tây và tỏi, cho vào máy xay cùng với bắp và nước bắp cho đến khi hỗn hợp trở nên nhuyễn mịn. Đổ ra tô, trang trí với vài hạt bắp tươi và ngò rí ở trên mặt.

A-TI-SÔ *ARTICHOKE*

 CÂN BẰNG ĐƯỜNG HUYẾT   **GIẢM CHOLESTEROL**   **HỖ TRỢ TIÊU HÓA CHẤT BÉO**   **NHUẬN TRƯỜNG & LỢI TIỂU**

> A-ti-sô nằm trong nhóm 10 loại thực phẩm có hàm lượng hoạt chất **chống oxy hóa** cao nhất. A-ti-sô cũng giàu **chất xơ**, được xem là món ăn truyền thống của người Hy Lạp và La Mã để duy trì sức khỏe **dạ dày** và **điều hòa đường ruột**. A-ti-sô cũng có tác dụng "lọc máu" bằng cách **giải độc** gan và túi mật, giảm **cholesterol** và cân bằng **đường huyết**.

Lá bắc

Kích thích tiết mật, làm dịu táo bón, tiêu chảy và chứng đầy hơi

Lõi

Chứa inulin giúp cân bằng đường huyết

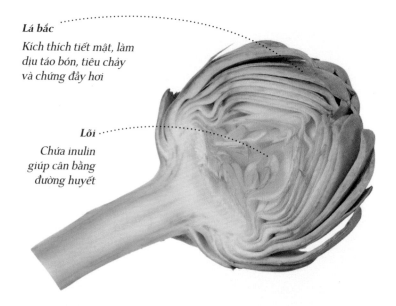

CÔNG DỤNG

CÂN BẰNG ĐƯỜNG HUYẾT

Lá bắc và lõi a-ti-sô chứa chất xơ, bao gồm inulin (một loại prebiotic giúp nuôi dưỡng các lợi khuẩn đường ruột), giúp ổn định đường huyết.

GIẢM CHOLESTEROL

Hoạt chất chống oxy hóa nhóm flavonoid silymarin giúp giảm cholesterol "xấu" (LDL) và làm tăng các cholesterol "tốt" (HDL). Hợp chất này cũng có tác dụng bảo vệ gan.

TĂNG CƯỜNG TIÊU HÓA

Lá bắc và lõi a-ti-sô chứa cynarine, một hợp chất hóa học tự nhiên kích thích tiết mật, tiêu hóa chất béo và ngăn ngừa chứng rối loạn tiêu hóa. Ngoài ra, a-ti-sô còn có tác dụng làm dịu các triệu chứng sưng viêm đường ruột.

THANH LỌC CƠ THỂ

A-ti-sô có tác dụng nhuận trường và lợi tiểu, giúp tăng cường sức khỏe gan và thận.

TĂNG CƯỜNG SỨC KHỎE ĐƯỜNG RUỘT

A-ti-sô đóng vai trò như một loại thực phẩm prebiotic, kích thích sự sinh trưởng của các lợi khuẩn đường ruột.

HÁP THU TỐI ĐA DƯỠNG CHẤT

LÁ BẮC & LÕI

Dễ tiêu hóa, giàu dinh dưỡng và có dược tính, giúp tăng cường sức khỏe cho gan.

TRÀ

Trà a-ti-sô giàu các hoạt chất chống oxy hóa, tăng cường sức khỏe tim và có vị ngọt thanh.

CHẾ BIẾN

CHỌN BÔNG NHỎ

Cánh xanh đậm, khép kín. Bông lớn sẽ dai và mất đi hương vị đặc trưng.

BÔNG A-TI-SÔ LUỘC

Luộc bông a-ti-sô trong nước sôi cho đến khi mềm. Chấm bông a-ti-sô với bơ tan chảy (hoặc hỗn hợp dầu ô liu và nước cốt chanh).

ƯỚP DẦU Ô LIU

Lõi bông a-ti-sô ướp dầu ô liu sẽ tạo thành món rau trộn hấp dẫn.

CÀ TÍM AUBERGINE

 BẢO VỆ TIM & MẠCH MÁU   **CÂN BẰNG ĐƯỜNG HUYẾT**   **THANH LỌC CƠ THỂ**

Cà tím có màu sắc, hình dạng và kích thước đa dạng, chứa một lượng lớn các hoạt chất **chống oxy hóa** cũng như kali, magiê, **beta-carotene** và **chất xơ**. Ngoài ra, cà tím còn có một số dược tính như cân bằng đường huyết và tăng cường sức khỏe đường ruột.

CÀ TÍM

Chứa chất xơ giúp tăng cường tiêu hóa và các hoạt chất chống oxy hóa giúp ngăn ngừa các tổn thương tế bào.

CÀ TRẮNG

Thiếu sắc tố tím nhưng chứa axit chlorogenic giúp tăng cường sức khỏe tim.

CÔNG DỤNG

BẢO VỆ TIM

Cà tím giàu hoạt chất chống oxy hóa nhóm polyphenol, axít chlorogenic, cũng như axít caffeic và flavonoid (như nasunin) giúp bảo vệ tim trước sự tấn công của các gốc tự do.

CÂN BẰNG ĐƯỜNG HUYẾT

Hoạt chất chống oxy hóa chlorogenic giúp kìm hãm phóng thích đường glucose vào máu sau bữa ăn.

THANH LỌC CƠ THỂ

Điều hòa đường ruột và cân bằng nước. Một số nghiên cứu cho thấy cà tím giúp đào thải các chất hóa học gây hại ra khỏi cơ thể.

CÀ TÍM BABY
Chứa tất cả các đặc tính như cà tím lớn.

HẤP THU TỐI ĐA DƯỠNG CHẤT

ĂN NGAY TRONG NGÀY

Cà tím nhanh hỏng, cho nên hãy chọn quả săn chắc, màu sáng bóng. Lý tưởng là sử dụng ngay trong ngày, khi vừa mua về.

ĂN CẢ VỎ

Hoạt chất chống oxy hóa trong cà tím tập trung nhiều trong lớp vỏ, vỏ dễ bị mềm khi nấu chín. Một số loại cà trắng thì có lớp vỏ dày, vì vậy cần bỏ vỏ trước khi ăn.

TRÁNH HÚT DẦU

Cà tím có thể nướng hoặc chiên. Khi chiên, cấu trúc xốp của cà tím sẽ hút dầu – để tránh tình trạng này, xắt lát quả cà tím, rắc muối lên, sau đó rửa sạch, ép mạnh cho ra hết nước rồi chế biến.

CHẾ BIẾN

BABA GANOUSH

Món ăn truyền thống này được chế biến bằng cách chiên hoặc nướng cà tím cho đến khi mềm, tán nhuyễn với nước chanh, tỏi và dầu ô liu. Phết hỗn hợp lên bánh mì hoặc ăn kèm với rau.

CÀ TÍM NHỒI

Cắt dọc quả cà, múc bỏ ruột, nhồi vào trong đó hỗn hợp ngũ cốc và các loại rau củ.

Cà chua *Tomatoes*

 LOẠI BỎ ĐỘC TỐ RA KHỎI CƠ THỂ

 GIỮ CHO MẠCH MÁU ĐÀN HỒI

 GIẢM NGUY CƠ MẮC BỆNH UNG THƯ TUYẾN TIỀN LIỆT

Cà chua giàu **beta-carotene**, vitamin C và **lycopene**, một hợp chất hóa học tự nhiên siêu dược tính và là nguồn tạo sắc đỏ tươi cho quả. Lycopene được nhận thấy có khả năng giảm nguy cơ mắc **ung thư tuyến tiền liệt** và **ung thư vú**, giảm **cholesterol**, bảo vệ **da** và **mắt**, tăng cường khả năng **miễn dịch**.

CÀ CHUA ĐỎ

Chứa 4 hợp chất hóa học tự nhiên nhóm carotenoid: alpha-carotene, beta-carotene, lutein và lycopene.

CÀ CHUA XANH

Ít lycopene nhưng giàu beta-carotene hơn so với cà chua đỏ. Cà chua xanh là do giống, chứ không phải chưa chín.

CÀ CHUA ĐEN

Sắc tím (gần như đen) của cà chua là do biến đổi gen. Đây là loại quả dồi dào hợp chất hóa học tự nhiên anthocyanin.

CÀ CHUA VÀNG

Ít lycopene nhưng hàm lượng hoạt chất niacin và folate nhiều hơn cà chua đỏ.

CÔNG DỤNG

GIẢI ĐỘC

Cà chua chứa một lượng lớn kali giúp giảm tích nước trong cơ thể. Đây cũng là nguồn dồi dào glutathione giúp loại bỏ các độc tố (tan trong chất béo) ra khỏi cơ thể.

BẢO VỆ TIM

Cà chua chứa một lượng lớn vitamin C và E, beta-carotene giúp tăng cường sức khỏe tim. Lycopene được xem là hoạt chất quan trọng nhất, làm chắc khỏe thành mạch và loại bỏ cholesterol trong máu.

PHÒNG CHỐNG UNG THƯ TUYẾN TIỀN LIỆT

Nhiều bệnh ung thư liên quan đến stress oxy hóa (là hệ quả của sự mất cân bằng giữa sự hình thành các gốc tự do có oxy và cơ chế kháng oxy hóa của cơ thể). Các loại thực phẩm chống oxy hóa như cà chua có tác dụng ngăn ngừa các gốc tự do này. Các nghiên cứu về bệnh ung thư tuyến tiền liệt cho thấy thường xuyên ăn cà chua có thể giảm nguy cơ phát triển bệnh.

HẤP THU TỐI ĐA DƯỠNG CHẤT

SINH TỐ

Một ly sinh tố cà chua chứa 75% nhu cầu vitamin C hàng ngày và chứa các vitamin thiết yếu khác như K, B1, B2, B3, B5, B6 và các khoáng chất như kali, magiê, sắt.

NẤU CHÍN

Khi được nấu chín, hàm lượng lycopene trong cà chua tăng gấp 5 – 6 lần.

ĂN CẢ VỎ

Hàm lượng carotenoid tập trung nhiều nhất ở lớp vỏ cà chua.

CHẾ BIẾN

SALSA

Xắt nhỏ cà chua, 1 củ hành tây nhỏ và 2 trái ớt; thêm một ít ngò rí/rau mùi xắt nhỏ, nước cốt chanh, 1 muỗng nước và ít muối; trộn đều hỗn hợp và thưởng thức.

SINH TỐ

Cho 1,5 kg cà chua xắt nhỏ vào chảo, thêm 1 củ hành tây và 1 nhánh cần tây xắt nhỏ, 2 muỗng đường, 1 muỗng muối, một ít bột tiêu đen (tùy theo khẩu vị) và một ít tương ớt. Đun với lửa nhỏ cho đến khi sánh đặc như súp. Lọc lấy nước và giữ lạnh trước khi uống.

Xà lách *Lettuce*

 CÓ TÁC DỤNG LÀM DỊU TỰ NHIÊN

 CHỮA TRỊ CHỨNG ĐẦY HƠI & KHÓ CHỊU

 TĂNG CƯỜNG SỨC KHỎE MẠCH MÁU & TIM

Đôi khi chúng ta nghĩ xà lách, hay rau diếp, chỉ là một loại rau ghém nhưng chúng lại là nguồn dồi dào **folate** và **chất xơ pectin**. Thành phần dinh dưỡng trong xà lách còn tùy thuộc vào màu sắc của rau: rau có màu đậm thì chứa nhiều **beta-carotene**. Xà lách cũng có tác dụng giải khát, lợi tiểu và làm dịu thần kinh; nước ép rau hơi đắng, có tác dụng làm dịu và giảm đau tự nhiên nhờ chất lactucarium (dịch màu trắng sữa tập trung nhiều ở phần cuống lá).

XÀ LÁCH COS

Có màu sẫm, vị đắng giúp hỗ trợ tiêu hóa và làm dịu thần kinh.

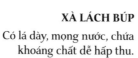

XÀ LÁCH BÚP

Có lá dày, mọng nước, chứa khoáng chất dễ hấp thu.

CÔNG DỤNG

XOA DỊU & AN THẦN

Xà lách sẫm màu, đắng chứa hoạt chất lactucarium giúp làm dịu thần kinh, giảm hồi hộp và giúp an thần.

TIÊU HÓA & LỢI TIỂU

Xà lách chứa một lượng lớn chất xơ giúp giảm chứng đầy hơi và đau bụng. Hàm lượng nước tự nhiên có trong rau cũng giúp đào thải độc chất ra khỏi cơ thể.

CHỮA BỆNH TRĨ

Hoạt tính se chặt tự nhiên của xà lách giúp tăng cường sự dẻo dai cho mạch máu và có thể chữa bệnh trĩ.

XÀ LÁCH LÁ SỒI ĐỎ

Có màu sắc đậm do chứa các hoạt chất chống oxy hóa có lợi như carotene và anthocyanin.

HẤP THU TỐI ĐA DƯỠNG CHẤT

CHỌN LÁ TO

Xà lách lá to, bung xòe thì giàu các dưỡng chất thiết yếu - đặc biệt là chlorophyll, sắt, beta-carotene và vitamin C - hơn xà lách búp nhạt màu (hầu như chỉ có nước).

ĂN XÀ LÁCH ĐỎ

Xà lách lá đỏ chứa nhiều hoạt chất chống oxy hóa bổ sung thêm dưỡng chất cho nhu cầu mỗi ngày.

CHỌN RAU TƯƠI

Giá trị dinh dưỡng của xà lách phụ thuộc vào loại rau, thời điểm trong năm và thời gian bảo quản. Để thu nhận tối đa dưỡng chất từ xà lách và các loại rau ăn lá khác, hãy ăn theo mùa, chọn lá tươi.

CHẾ BIẾN

ĂN CÙNG TRÁI CÂY

Vị tươi mát của xà lách rất thích hợp để ăn cùng với trái cây tươi.

TRÀ AN THẦN

Trà được pha từ lá xà lách có tác dụng an thần về đêm. Cho 3 – 4 lá xà lách đậm màu và 1 –2 lá bạc hà vào 300 ml nước, đun trong 15 phút, lọc lấy nước và thưởng thức.

Cải bó xôi *Spinach*

 GIÚP XƯƠNG CỨNG CÁP

 CÓ ĐẶC TÍNH KHÁNG UNG THƯ

 KHÁNG SƯNG VIÊM

 NGĂN NGỪA XƠ VỮA ĐỘNG MẠCH

Không chỉ dồi dào **vitamin** và **khoáng chất**, cải bó xôi còn chứa nhiều hợp chất **chống oxy hóa** nhóm flavonoid có tính năng **chống viêm nhiễm**, phòng chống bệnh tim mạch, trung hòa các **gốc tự do**. Ngoài ra, vitamin K có trong cải bó xôi cũng giúp giữ cho xương chắc khỏe.

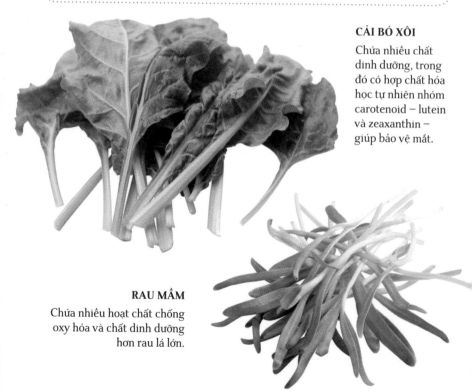

CẢI BÓ XÔI

Chứa nhiều chất dinh dưỡng, trong đó có hợp chất hóa học tự nhiên nhóm carotenoid – lutein và zeaxanthin – giúp bảo vệ mắt.

RAU MẦM

Chứa nhiều hoạt chất chống oxy hóa và chất dinh dưỡng hơn rau lá lớn.

CÔNG DỤNG

BẢO VỆ XƯƠNG

Cải bó xôi cung cấp nhiều hơn 2 lần nhu cầu kali hàng ngày, đây là loại khoáng chất giữ cho xương chắc khỏe. Cải bó xôi đặc biệt bảo vệ cấu trúc xương ở người lớn tuổi.

GIẢM NGUY CƠ UNG THƯ

Các nghiên cứu cho thấy cải bó xôi giúp giảm nguy cơ mắc một số bệnh ung thư. Đặc biệt, hoạt chất chống oxy hóa kaempferol giúp phòng tránh nguy cơ mắc bệnh ung thư tuyến tiền liệt và ung thư buồng trứng.

KHÁNG SƯNG VIÊM

Hàm lượng dồi dào hoạt chất chống oxy hóa, đặc biệt là neoxanthin và violaxanthin có tác dụng kháng sưng viêm hiệu quả.

BẢO VỆ TIM

Vitamin C và beta-carotene trong cải bó xôi giúp ngăn ngừa quá trình oxy hóa các cholesterol "xấu" (LDL), tác nhân gây xơ cứng động mạch.

HẤP THU TỐI ĐA DƯỠNG CHẤT

ĂN CHÍN HOẶC SỐNG

Cải bó xôi khi ăn sống đã cung cấp nhiều dưỡng chất, nhưng khi được nấu chín lại cung cấp nhiều dưỡng chất hơn do chất sắt hấp thu dễ hơn và cung cấp một lượng đáng kể các hoạt chất beta-carotene, lutein, vitamin và khoáng chất.

DÙNG KÈM VỚI QUẢ CÓ MÚI

Cải bó xôi chứa axít oxalic ngăn chặn cơ thể hấp thu chất sắt và canxi. Nếu ăn sống, nên trộn chung với nước chanh hoặc uống thêm ly nước cam để tăng khả năng hấp thu các khoáng chất thiết yếu.

CHẾ BIẾN

RAU TRỘN

Trộn cải bó xôi với ½ củ hành đỏ (xắt nhỏ), 1 trái cam (gọt vỏ, tách múi), 2 muỗng hạt thông rang. Để làm sốt trộn rau, hãy trộn đều 2 muỗng mỗi loại sau: nước cam, giấm trắng, dầu ô liu, mật ong và mù tạt Dijon, cùng 1 muỗng ngò rí/rau mùi tươi xắt nhuyễn. Nêm cho vừa ăn, rồi thưởng thức.

PESTO

Thay húng quế trong sốt pesto bằng cải bó xôi.

XÀ LÁCH XOONG WATERCRESS

 CHỨA CÁC HOẠT CHẤT CHỐNG UNG THƯ
 THÚC ĐẨY QUÁ TRÌNH TÁI TẠO DA
 HỖ TRỢ TIÊU HÓA
 CÓ TÁC DỤNG LỢI TIỂU

Loại rau ăn lá này là thành viên của họ nhà bắp cải. Công dụng điển hình của xà lách xoong là làm giảm nguy cơ mắc một số bệnh **ung thư**, hỗ trợ **tiêu hóa**, **cân bằng nước** trong cơ thể và có tác dụng như là một chất **kháng sinh tự nhiên** giúp tăng cường khả năng **miễn dịch**. Xà lách xoong không phụ thuộc vào mùa trong năm, do đó được trồng và thu hoạch vào bất kỳ thời điểm nào.

Lá

Chứa các enzyme hỗ trợ tiêu hóa, giàu vitamin C, K, sắt, beta-carotene và vitamin nhóm B

CÔNG DỤNG

GIẢM NGUY CƠ MẮC BỆNH UNG THƯ

Xà lách xoong là nguồn dồi dào hoạt chất chống oxy hóa, vitamin C và beta-carotene giúp cơ thể chống lại các gốc tự do. Các nghiên cứu cho thấy thường xuyên ăn các loại rau họ bắp cải sẽ giúp giảm nguy cơ mắc ung thư ruột kết, trực tràng và bàng quang.

GIẢI ĐỘC

Xà lách xoong giàu lưu huỳnh, giúp tăng cường hấp thu protein, lọc máu, tái tạo tế bào và tăng cường sức khỏe da, tóc.

HỖ TRỢ TIÊU HÓA

Hợp chất hóa học tự nhiên chlorophyll làm cho xà lách xoong có màu xanh lá vốn dồi dào các enzyme tiêu hóa giúp cơ thể hấp thu tối đa các chất dinh dưỡng trong thức ăn.

CÂN BẰNG NƯỚC

Do chứa nhiều kali, xà lách xoong có tác dụng lợi tiểu và giúp hấp thu chất dinh dưỡng.

PHÒNG CHỐNG CẢM CÚM

Tinh dầu (dễ bay hơi) trong xà lách xoong làm cho loại rau này có vị hăng. Đây cũng là loại thuốc hữu hiệu để chữa trị ho, cảm cúm và các bệnh về phổi.

HÁP THU TỐI ĐA DƯỠNG CHẤT

NƯỚC ÉP

Nước ép xà lách xoong chứa hoạt chất kháng sinh tự nhiên và có tác dụng giải độc, làm sáng da.

CHỌN RAU ĐƯỢC TRỒNG THEO PHƯƠNG PHÁP HỮU CƠ

Nếu không được kiểm soát chặt chẽ trong quá trình trồng, xà lách xoong sẽ dễ bị nhiễm các vi khuẩn gây hại. Hãy chọn xà lách xoong được trồng theo phương pháp hữu cơ.

CHỌN RAU TƯƠI

Xà lách xoong nhanh chóng bị héo và mất đi chất dinh dưỡng trong quá trình bảo quản, vì vậy hãy tiêu thụ trong vòng 5 ngày để hấp thu tối đa nguồn dưỡng chất.

CHẾ BIẾN

CANH

Canh xà lách xoong được xem là bài thuốc dân gian trị các bệnh sưng viêm (như đau khớp, sưng nướu và loét miệng). Đun sôi nước hầm rau củ, nêm nếm cho vừa ăn, rồi tắt bếp; cho 225 g xà lách xoong vào nồi, rau sẽ tự ngót lại, có thể múc ra dùng ngay.

SALAD

Xà lách xoong là thành phần không thể thiếu trong các món rau trộn.

CẢI BẸ XANH *MUSTARD GREENS*

 THANH LỌC CƠ THỂ

 CHỨA CÁC HOẠT CHẤT CHỐNG UNG THƯ

 GIẢM CHOLESTEROL

 NGĂN NGỪA SƯNG VIÊM

Cải bẹ xanh là loại rau ăn lá có vị nồng, thuộc họ cải. Rau có màu sắc từ xanh tươi đến tím đậm, giàu các hoạt chất **chống oxy hóa**, có đặc tính **kháng sưng viêm** và giúp **loại bỏ độc tố** ra khỏi cơ thể, giảm **cholesterol "xấu"** (LDL). Cải bẹ xanh sản sinh ra hạt có vị cay, đắng và được sử dụng để làm mù tạt Dijon. Hạt cải cũng thường được sử dụng nhiều trong các món ăn Ấn Độ.

CẢI BẸ XANH

Hợp chất hóa học chứa lưu huỳnh hỗ trợ cho tim và các mô, có tác dụng giải độc.

CẢI BẸ XANH LÁ TÍM

Có cùng giá trị dinh dưỡng như cải lá xanh, nhưng chứa thêm các sắc tố chống oxy hóa.

CÔNG DỤNG

GIẢI ĐỘC

Các hoạt chất chống oxy hóa beta-carotene và vitamin C, K giúp trung hòa các độc chất và loại thải chúng ra khỏi cơ thể, tăng cường khả năng thanh lọc cơ thể.

PHÒNG CHỐNG UNG THƯ

Các đặc tính chống oxy hóa, giải độc và kháng viêm trong cải bẹ xanh cũng có tác dụng ngăn ngừa ung thư. Cải bẹ xanh giàu hợp chất hóa học chứa lưu huỳnh, được gọi là glucosinolate, giúp phá vỡ các tế bào ung thư. Các nghiên cứu cho thấy cải bẹ xanh có khả năng ngăn ngừa ung thư bàng quang, ruột kết, ung thư vú, ung thư phổi và ung thư buồng trứng.

CẢI MIZUNA

GIẢM CHOLESTEROL

Cải bẹ xanh giàu hợp chất tự nhiên sulphoraphane giúp loại thải các cholesterol "xấu" (LDL), tác nhân làm tăng nguy cơ mắc bệnh tim.

CHỐNG OXY HÓA

Cải bẹ xanh giàu hoạt chất chống oxy hóa chính (như axít hydroxycinnamic, quercetin, isorhamnetin và kaempferol) giúp giảm nguy cơ sưng viêm và stress oxy hóa.

HẤP THU TỐI ĐA DƯỠNG CHẤT

HẠN CHẾ NHIỆT

Nấu chín làm giảm các đặc tính chống ung thư của cải bẹ xanh, vì vậy hãy bổ sung nó vào món rau trộn. Tuy nhiên, cải bẹ xanh hấp sơ lại làm tăng đặc tính giảm cholesterol.

RAU MẦM

Bổ sung rau mầm cải vào món rau trộn hoặc canh, súp.

CHẾ BIẾN

RAU XÀO

Phi hành tây và tỏi bằm nhuyễn, đổ vào vài muỗng nước hầm rau củ. Cho cải bẹ xanh xắt nhỏ vào xào cho đến khi tóp lại. Thêm ít dầu mè và nêm gia vị cho vừa ăn.

MÌ XÀO

Xắt nhỏ cà chua và cải bẹ xanh, trộn đều với hạt thông, phô mai sữa dê và một ít dầu ô liu. Đảo đều trên bếp rồi cho mì vào xào.

CẢI LÔNG ROCKET

 TĂNG CƯỜNG CHỨC NĂNG GAN   **CHỐNG NHIỄM KHUẨN**   **BẢO VỆ MẮT**   **CHỐNG VIÊM LOÉT**

> Nếu lựa chọn một loại thực phẩm có khả năng kích thích **tiêu hóa** và ngăn ngừa các chứng **viêm loét dạ dày** thì cải lông được xem là loại rau ăn lá tối ưu với đặc tính cay nồng, **ít calo** và giúp **giải độc**. Cải lông thuộc họ bắp cải, có các đặc tính có lợi cho sức khỏe - bao gồm tăng cường khả năng **miễn dịch**, duy trì sức khỏe **mắt** và **da**.

Lá

Có tác dụng kích thích tiêu hóa và tăng cường sức khỏe gan

CÔNG DỤNG

GIẢI ĐỘC

Hợp chất sulfur trong cải lông kích thích tuần hoàn máu, tăng cường sức khỏe gan, có tác dụng lợi tiểu và nhuận trường.

TĂNG CƯỜNG MIỄN DỊCH

Lá cải lông giàu vitamin C và beta-carotene. Hàm lượng dưỡng chất trong cải lông được xem là có khả năng tăng cường miễn dịch và giúp cơ thể chống lại các bệnh truyền nhiễm. Trong suốt quá trình tiêu hóa, cải lông phóng thích hoạt chất isothiocyanate giúp ngăn ngừa ung thư.

BẢO VỆ MẮT

Lá cải lông chứa một lượng lớn hoạt chất lutein và zeaxanthin giúp tăng cường sức khỏe mắt. Sự hiện diện của các dưỡng chất này trong chế độ dinh dưỡng giúp giảm nguy cơ mắc bệnh thoái hóa điểm vàng do lão hóa.

HỖ TRỢ TIÊU HÓA

Các nghiên cứu cho thấy cải lông có thể kích thích tiêu hóa và giúp cơ thể ngăn ngừa chứng viêm loét dạ dày.

HẤP THU TỐI ĐA DƯỠNG CHẤT

THAY THẾ CÁC LOẠI RAU ĂN LÁ KHÁC

Không như cải bó xôi, hàm lượng chất sắt và canxi trong cải lông rất dồi dào vì lượng oxalate thấp.

ĂN KHI CÒN TƯƠI

Cải lông dần mất đi chất dinh dưỡng sau khi hái, ngoài ra quá trình gia nhiệt cũng làm mất thêm chất dinh dưỡng. Vì vậy, cách tốt nhất là mua rau tươi và sử dụng ngay khi có thể.

CHẾ BIẾN

PESTO

Xay 4 nắm lá cải lông, 3 tép tỏi nghiền, 3 muỗng hạt thông và 4 muỗng dầu ô liu; sau đó cho thêm 45 g phô mai pecorino. Xay đến khi hỗn hợp nhuyễn mịn, rồi xào với mì Ý hoặc trộn với khoai tây nóng.

SALAD

Cải lông là loại rau nên ăn sống. Hãy chuẩn bị món rau trộn cải lông với cà chua (giàu lycopene) và dầu ô liu để có được bữa ăn giàu các chất chống oxy hóa.

Rau diếp xoăn *Chicory*

 TĂNG CƯỜNG SỨC KHỎE ĐƯỜNG RUỘT   **LỢI TIỂU**   **ĐÀO THẢI ĐỘC TỐ RA KHỎI MÁU**   **CÓ ĐẶC TÍNH LÀM DỊU TỰ NHIÊN**

Rau diếp xoăn lá trắng, lá xanh và lá đỏ là loại rau ăn lá có vị đắng. Được trồng trong tối, rau diếp xoăn lá trắng thiếu đi các vitamin thiết yếu nhưng lại chứa **tinh dầu** (dễ bay hơi) và các hợp chất **hỗ trợ tiêu hóa, loại thải độc tố** và lợi tiểu. Rau diếp xoăn chứa hợp chất làm dịu tự nhiên giúp **giảm stress** và **giảm đau**.

CHICORY LÁ TRẮNG

Lá dày, có màu trắng, giàu folate, beta-carotene, vitamin K và chứa ít canxi, magiê. Chicory lá xanh cũng có hàm lượng dinh dưỡng tương tự.

CHICORY LÁ ĐỎ

Giàu các hoạt chất chống oxy hóa anthocyanin và tinh dầu (dễ bay hơi) giúp hỗ trợ tiêu hóa.

CÔNG DỤNG

TĂNG CƯỜNG SỨC KHỎE ĐƯỜNG RUỘT

Rau diếp xoăn giàu chất xơ nhầy (như keo) giúp tạo chất nhờn cho đường ruột và làm mềm phân.

HỖ TRỢ TIÊU HÓA

Vị đắng của rau diếp xoăn giúp kích thích tiết mật, tăng cảm giác ngon miệng và hỗ trợ tiêu hóa. Rau diếp xoăn cũng giúp chữa trị chứng đầy hơi và khó tiêu.

LOẠI THẢI ĐỘC TỐ

Rau diếp xoăn có tác dụng lợi tiểu và nhuận trường tự nhiên. Với nguồn chất xơ dồi dào, rau giúp loại thải chất độc ra khỏi máu và các mô.

GIẢM ĐAU

Rau chứa hoạt chất lactucopicrin (có vị đắng) có tác dụng làm dịu và giảm đau.

CHẤT CHỐNG OXY HÓA

Mặc dù rau chứa ít vitamin nhưng lại giàu hoạt chất chống oxy hóa beta-carotene giúp ngăn ngừa ung thư.

HẤP THU TỐI ĐA DƯỠNG CHẤT

ĂN SỐNG

Rau diếp xoăn cung cấp một lượng lớn các chất dinh dưỡng như vitamin C, folate và beta-carotene nếu ăn sống.

CHỌN RAU TƯƠI

Rau diếp xoăn rất dễ giập và héo, do đó chỉ giữ được vài ngày trong tủ lạnh.

CHẾ BIẾN

CƠM CUỘN

Sử dụng phần lá của rau diếp xoăn lá trắng để cuộn cơm.

SALAD HOẶC XÀO

Rau có vị nhân nhẳn, thích hợp cho món rau trộn hoặc xào.

ĐẬU QUE GREEN BEANS

 CUNG CẤP NĂNG LƯỢNG CHO TẾ BÀO   **TĂNG CƯỜNG CÁC MÔ LIÊN KẾT**   **GIỮ XƯƠNG CHẮC KHỎE**   **BẢO VỆ CƠ THỂ TRƯỚC NHỮNG TỔN THƯƠNG DO GỐC TỰ DO GÂY RA**

Đậu que giàu **vitamin C, folate**, và một lượng lớn **canxi, protein**. Các dưỡng chất trong đậu giúp **bảo vệ tim** và **kháng viêm**.

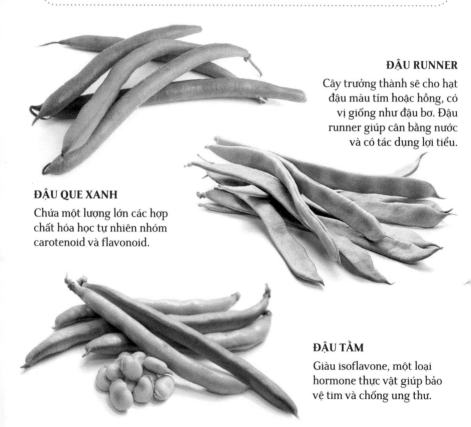

ĐẬU RUNNER

Cây trưởng thành sẽ cho hạt đậu màu tím hoặc hồng, có vị giống như đậu bơ. Đậu runner giúp cân bằng nước và có tác dụng lợi tiểu.

ĐẬU QUE XANH

Chứa một lượng lớn các hợp chất hóa học tự nhiên nhóm carotenoid và flavonoid.

ĐẬU TẰM

Giàu isoflavone, một loại hormone thực vật giúp bảo vệ tim và chống ung thư.

CÔNG DỤNG

TẠO NĂNG LƯỢNG

Đậu que chứa hàm lượng chất sắt cao gấp 2 lần so với cải bó xôi, vì vậy đậu que được xem là lựa chọn tối ưu để bổ sung chất sắt. Chất sắt là thành phần trong tế bào hồng cầu, giúp vận chuyển oxy từ phổi đến các tế bào. Chất sắt cũng là nguyên tố chính giúp tạo năng lượng và tham gia vào quá trình trao đổi chất.

DA, TÓC & MÓNG

Đậu que cung cấp silic ở dạng dễ hấp thu, một chất quan trọng trong việc hình thành mô và móng.

GIỮ XƯƠNG CHẮC KHỎE

Đậu que chứa một lượng lớn vitamin K giúp kích hoạt osteocalcin, một loại protein được tìm thấy trong xương giúp giữ chặt các phân tử canxi trong xương.

ĐẬU QUE TÍM

Có thể ăn sống và tăng thêm màu sắc cho món rau trộn. Đậu tím chuyển sang màu xanh khi được nấu chín.

TRUNG HÒA CÁC GỐC TỰ DO

Đậu que chứa các hoạt chất chống oxy hóa như lutein, beta-carotene, violaxanthin và neoxanthin tương đương với các loại rau củ giàu carotenoid khác, như cà rốt.

LOẠI THẢI ĐỘC TỐ

Đậu que có đặc tính lợi tiểu mạnh, giúp đẩy nhanh tốc độ thải loại các độc tố ra khỏi cơ thể.

HẤP THU TỐI ĐA DƯỠNG CHẤT

ĂN CẢ QUẢ

Chỉ lặt bỏ phần đầu và đuôi của quả đậu, xào nấu cả quả đậu để lưu giữ lại toàn bộ chất dinh dưỡng.

NẤU SƠ

Xào sơ sao cho quả đậu vẫn giòn, hoặc hấp để giữ lại vitamin C.

CHẾ BIẾN

ĐA DẠNG TRONG CÁCH CHẾ BIẾN

Đậu que có thể được thêm vào món rau trộn, canh/súp và các món hầm, hoặc được dùng làm món ăn vặt.

TRỘN DẦU

Trộn đậu que với sốt trộn gồm dầu ô liu, nước cốt chanh và tỏi để tăng thêm hương vị và giá trị dinh dưỡng.

ĐẬU BẮP *OKRA*

 CÂN BẰNG ĐƯỜNG HUYẾT

 HỖ TRỢ LOẠI THẢI ĐỘC TỐ

 BẢO VỆ MẮT

 TĂNG CƯỜNG SỨC KHỎE CHO THAI PHỤ

> Đậu bắp có giá trị dược tính cao chứa hỗn hợp **chất xơ hòa tan** và **không hòa tan** giúp giảm **đường huyết**, làm **sạch ruột** và nuôi dưỡng các **lợi khuẩn đường ruột**.

Hạt

Chất dầu trong hạt đậu bắp giàu các chất béo không bão hòa đa có lợi cho tim mạch

ĐẬU BẮP XANH

Giàu chất xơ dưới dạng chất keo nhầy và pectin. Đậu bắp tím sẽ cung cấp thêm các hoạt chất chống oxy hóa anthocyanin giúp chống ung thư.

CÔNG DỤNG

NGĂN NGỪA BỆNH ĐÁI THÁO ĐƯỜNG

Đậu bắp là nguồn giàu chất xơ, vitamin B6 và folate. Các vitamin nhóm B làm chậm tiến trình rối loạn thần kinh dẫn đến bệnh đái tháo đường và giảm hàm lượng homocysteine, yếu tố nguy cơ gây ra bệnh này. Các chất xơ hòa tan cũng giúp ổn định đường huyết trong cơ thể.

LOẠI THẢI ĐỘC TỐ

Đậu bắp chứa một lượng lớn cả chất xơ hòa tan và không hòa tan. Chất xơ hòa tan giúp hấp thu nước và lợi tiểu, giúp giảm các cholesterol "xấu" (LDL) trong máu. Chất xơ không hòa tan giúp tăng cường sức khỏe đường ruột, gắn kết các độc chất và loại thải chúng ra khỏi cơ thể. Điều này làm giảm nguy cơ mắc một số bệnh ung thư, đặc biệt là ung thư ruột.

BẢO VỆ MẮT

Ngoài beta-carotene, đậu bắp còn chứa hợp chất hóa học tự nhiên zeaxanthin và lutein. Các hợp chất này cần thiết cho việc duy trì thị giác khỏe mạnh.

GIÀU FOLATE

Đậu bắp là nguồn giàu folate, làm tăng tế bào hồng cầu, giúp bảo vệ tim và giảm nguy cơ dị tật ở trẻ sơ sinh.

HẤP THU TỐI ĐA DƯỠNG CHẤT

ĂN NGUYÊN TRÁI

Càng xắt nhỏ đậu bắp thì chất dịch bên trong tiết ra càng nhiều, và các chất này dễ mất tác dụng khi gặp nhiệt độ cao. Do đó, không nên xào nấu đậu bắp quá chín.

NẤU SƠ

Nấu sơ và nhanh bằng cách hấp, nướng hoặc xào để bảo toàn các dưỡng chất có trong đậu bắp.

CHẾ BIẾN

RAU TRỘN

Nếu bạn đã ngán món rau trộn gồm xà lách, cà chua và dưa leo, hãy nướng cả trái đậu bắp rồi chẻ đôi, trộn cùng với ớt và chanh.

DÙNG TRONG MÓN HẦM

Đậu bắp được sử dụng trong các món súp, hầm và cà ri để tạo độ sệt cho món ăn.

ĐẬU HÀ LAN *PEAS*

 TĂNG CƯỜNG SỨC KHỎE ĐƯỜNG RUỘT

 TĂNG CƯỜNG TÍCH TRỮ SẮT, GIẢM MỆT MỎI

 NGĂN NGỪA NHIỄM TRÙNG

 TĂNG CƯỜNG SỨC KHỎE TINH TRÙNG

Loài cây họ đậu này có hàm lượng dinh dưỡng cao và giữ vị trí quan trọng trong nhóm thực phẩm có dược tính. Đậu Hà Lan giàu **vitamin K, mangan, vitamin C**, là nguồn dồi dào folate và các nguyên tố thiết yếu dạng vết. Hàm lượng **chất xơ không hòa tan** trong đậu Hà Lan tốt cho ruột, giúp giảm nguy cơ mắc bệnh tim và đột quỵ.

ĐẬU GARDEN
Giàu khoáng chất, gồm cả i-ốt, hơn đậu mangetout.

ĐẬU NGỌT (Sugar Snap Peas)
Hầu hết các loại đậu đều dai và nhiều chất xơ, nhưng với đậu ngọt thì có thể ăn cả quả.

ĐẬU MANGETOUT
Giàu vitamin C và beta-carotene hơn các loại đậu thông dụng khác.

CÔNG DỤNG

HỖ TRỢ TIÊU HÓA

Hàm lượng chất xơ có trong đậu giúp duy trì sức khỏe đường ruột.

BỔ SUNG NĂNG LƯỢNG

Đậu Hà Lan là nguồn dồi dào chất sắt, giúp ngăn ngừa bệnh thiếu máu và mệt mỏi.

MIỄN DỊCH

Đậu Hà Lan giàu vitamin C; một phần (ăn) đậu mangetout cũng đáp ứng ½ nhu cầu vitamin C khuyến nghị mỗi ngày. Đậu, đặc biệt là mầm đậu, chứa hoạt chất chống oxy hóa phytoalexin có khả năng ức chế *H. Pylori*, loại vi khuẩn gây viêm loét dạ dày và tá tràng, dẫn đến ung thư dạ dày.

Rau mầm

Giàu dinh dưỡng và có vị ngọt như quả đậu

TĂNG CƯỜNG SỨC KHỎE NAM GIỚI

Glycodelin-A, một hợp chất được tìm thấy trong đậu mangetout, giúp tăng cường sức khỏe tinh trùng và cải thiện khả năng tinh trùng gặp trứng.

BẢO VỆ MẮT

Đậu Hà Lan giàu lutein, giúp giảm nguy cơ mắc bệnh đục thủy tinh thể và thoái hóa điểm vàng.

HẤP THU TỐI ĐA DƯỠNG CHẤT

ĂN SỐNG

Để thưởng thức trọn vẹn vị ngon và hấp thu tối đa chất dinh dưỡng từ quả đậu tươi.

ĐẬU ĐÔNG LẠNH hoặc SẤY KHÔ

Chất đường trong đậu tươi nhanh chóng chuyển thành tinh bột trong quá trình bảo quản. Đậu đông lạnh được xử lý ngay sau khi hái sẽ giúp giữ lại vị ngọt. Đậu sấy khô có màu xanh hoặc vàng.

CHẾ BIẾN

THAY THẾ RAU XÀ LÁCH

Mầm đậu có thể dùng cho món rau trộn hoặc xào.

ĐẬU XÀO HẠT ĐIỀU

Cho 1 muỗng dầu dừa vào chảo. Cho 3 nắm đậu mangetout và nước ép cam (1/2 quả) vào, đun lửa nhỏ từ 3 – 4 phút, nêm gia vị cho vừa ăn. Trang trí với một ít hạt điều giã nhỏ rắc lên mặt.

MĂNG TÂY *ASPARAGUS*

 CÓ TÁC DỤNG NHUẬN TRƯỜNG   **LOẠI THẢI ĐỘC TỐ**   **TĂNG CƯỜNG KHẢ NĂNG MIỄN DỊCH**   **GIỮ CHO MẠCH MÁU ĐÀN HỒI, DẺO DAI**

Măng tây thuộc họ hoa lily. Măng tây là loại thực phẩm có cấu trúc xốp, hương vị độc đáo và có dược tính - như **loại thải độc tố** trong cơ thể, chứa các hoạt chất **chống oxy hóa** giúp tăng cường sức khỏe tim mạch. Theo y học cổ truyền Trung Hoa, măng tây được xem là có lợi cho những người mắc bệnh về **đường hô hấp** và xoa dịu các triệu chứng liên quan đến **kinh nguyệt**.

MĂNG TÂY XANH

Giàu vitamin nhóm B (có tác dụng giảm stress) hơn các loại khác. Măng tây tím thì có thêm chất chống oxy hóa anthocyanin.

MĂNG TÂY TRẮNG

Thiếu sắc tố chống oxy hóa nhưng măng tây trắng lại giàu axít aspartic và các hợp chất hóa học tự nhiên làm giảm cholesterol "xấu".

CÔNG DỤNG

HỖ TRỢ ĐƯỜNG RUỘT

Măng tây chứa inulin, một prebiotic giúp tăng cường sức khỏe đường ruột. Măng tây cũng có tác dụng nhuận trường và lợi tiểu.

TĂNG CƯỜNG SINH LỰC

Axít aspartic trong măng tây giúp trung hòa lượng ammonia (một chất có thể gây mất cảm giác và mệt mỏi) tăng quá mức trong cơ thể.

KHÁNG SƯNG VIÊM

Măng tây chứa hoạt chất rutin và glutathione bảo vệ các tế bào chống lại quá trình stress oxy hóa, giúp tăng cường đáp ứng miễn dịch và làm thông thoáng mạch máu.

BẢO VỆ TIM & CÁC CƠ QUAN

Măng tây là nguồn giàu vitamin nhóm B, đặc biệt là folate, giúp kiểm soát homocysteine, một chất làm tăng nguy cơ mắc bệnh tim, ung thư và giảm trí nhớ. Việc tăng hấp thu folate trong suốt thời kỳ mang thai giúp ngăn ngừa các dị tật cho trẻ sơ sinh.

TĂNG CƯỜNG SỨC KHỎE DA

Tác dụng loại thải độc tố và vai trò của beta-carotene trong măng tây giúp tăng cường sức khỏe da.

Hấp thu tối đa dưỡng chất

SỬ DỤNG NGAY

Măng tây sẽ giảm chất dinh dưỡng nhanh chóng khi bảo quản. Vì vậy, hãy sử dụng ngay để thu nhận tối đa chất dinh dưỡng trong măng tây.

NẤU SƠ

Nướng hoặc hấp trong vòng 3 – 5 phút. Hoặc xào sơ với một ít nước hầm rau củ để giữ lại các dưỡng chất và hương vị.

Chế biến

SALAD

Thêm măng tây vào món rau trộn để tăng thêm màu sắc và thêm phần ngon miệng cho món ăn.

MĂNG TÂY XÀO SƠ

Ăn cùng mì Ý, hoặc thêm vào món bánh tart rau củ.

ĐẠI HOÀNG *RHUBARB*

 GIÚP XƯƠNG CHẮC KHỎE

 NGĂN NGỪA BỆNH THOÁI HÓA THẦN KINH

 GIẢM CHOLESTEROL

 TĂNG CƯỜNG SỨC KHỎE MẮT

Đại hoàng là một loại rau thuộc họ kiều mạch. Đại hoàng có vị chua khi ăn sống, nhưng khi được nấu chín thì lại có những đặc tính có lợi, như giữ **xương chắc khỏe** và ngăn ngừa những tổn thương **tế bào thần kinh**. Đại hoàng cũng là nguồn dồi dào **chất xơ** và giúp giảm các **cholesterol "xấu"** (LDL).

ĐẠI HOÀNG
(trồng trong chỗ tối)
Có các đặc tính chữa bệnh như các loại rau cùng họ.

ĐẠI HOÀNG
(trồng ngoài trời)
Lá có màu xanh tươi, không mềm bằng loại trồng trong tối nhưng có hương vị thơm ngon hơn.

CÔNG DỤNG

GIỮ XƯƠNG CHẮC KHỎE

Đại hoàng chứa canxi và một lượng đáng kể vitamin K có vai trò quan trọng trong việc ngăn ngừa xương gãy, vỡ khi lớn tuổi.

BẢO VỆ TRÍ NÃO

Hàm lượng vitamin K trong đại hoàng giúp ngăn ngừa các tổn thương tế bào thần kinh liên quan đến bệnh Alzeimer. Vitamin K cũng có vai trò quan trọng trong việc đông máu, ngăn ngừa chảy máu và đột quy.

BẢO VỆ TIM

Các nghiên cứu cho thấy bổ sung đại hoàng trong chế độ dinh dưỡng giúp giảm cholesterol "xấu" (LDL). Đại hoàng cũng là nguồn giàu chất xơ, hàm lượng vitamin C ở mức trung bình.

BẢO VỆ MẮT

Đại hoàng chứa một lượng lớn lutein ngăn ngừa nguy cơ thoái hóa điểm vàng do lão hóa.

HẤP THU TỐI ĐA DƯỠNG CHẤT

ĐỎ TỐT HƠN XANH

Cọng lá màu đỏ chứa nhiều beta-carotene hơn cọng lá màu xanh. Đại hoàng cũng chứa một lượng nhỏ hợp chất nhóm flavonoid, như zeaxanthin và lutein.

CHỌN LOẠI CÓ MÀU ĐẬM

Đại hoàng chứa axít oxalic, cản trở hấp thu chất dinh dưỡng như sắt và canxi. Phần lớn axít oxalic tập trung ở lá, nhưng đặc biệt tập trung nhiều ở cọng lá khi còn non. Do đó, hãy chọn loại có màu đậm để dùng.

NẤU CHÍN

Cọng lá đại hoàng có vị chua không thể ăn sống, nên nấu chín trước khi ăn.

CHẾ BIẾN

ĐẠI HOÀNG HẦM CÀ RI

Xào tỏi và hành với dầu ô liu; cho đại hoàng cùng một ít củ xắt nhỏ và đậu lăng (đã ngâm mềm) vào xào; đổ vào một ít nước hầm, thêm chút bột cà ri; đun nhẹ cho đến khi tất cả chín mềm. Dùng kèm với cơm.

DÙNG THAY TRÁI CÂY

Đại hoàng có thể dùng làm mứt, bánh thay cho quả anh đào và các loại dâu.

CỦ DỀN *BEETROOT*

 CÓ TÁC DỤNG LỌC GAN

 GIẢM NGUY CƠ NHỒI MÁU CƠ TIM

 CẢI THIỆN HẤP THU OXY VÀO MÁU

 NGĂN NGỪA BỆNH ĐÁI THÁO ĐƯỜNG

Bề ngoài tuy trông thô ráp nhưng dền là loại củ có hương vị thơm ngon, chứa hoạt chất **chống oxy hóa** độc đáo là betacyanin. Sắc tố này làm cho củ dền có màu sắc đậm và có dược tính như: **hỗ trợ gan, cải thiện tuần hoàn máu** và **làm sạch máu**. Lá dền cũng có tác dụng hỗ trợ tiêu hóa.

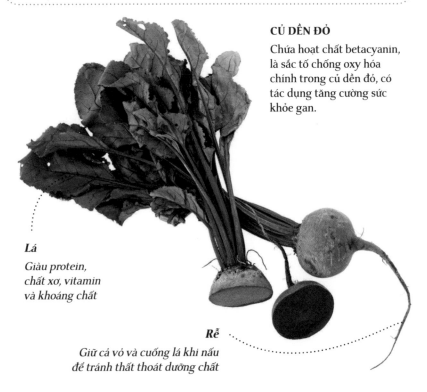

CỦ DỀN ĐỎ

Chứa hoạt chất betacyanin, là sắc tố chống oxy hóa chính trong củ dền đỏ, có tác dụng tăng cường sức khỏe gan.

Lá

Giàu protein, chất xơ, vitamin và khoáng chất

Rễ

Giữ cả vỏ và cuống lá khi nấu để tránh thất thoát dưỡng chất

CÔNG DỤNG

HỖ TRỢ GAN

Hợp chất hóa học tự nhiên trong củ dền kích thích sản sinh glutathione, một hoạt chất chống oxy hóa có tác dụng khử độc, kết hợp với các sắc tố chống oxy hóa giúp cải thiện chức năng gan, trung hòa và loại thải độc tố.

BẢO VỆ TIM

Hoạt chất chống oxy hóa trong củ dền giúp giảm cholesterol và huyết áp; trong khi đó, vitamin nhóm B giúp cải thiện chức năng thần kinh, điều hòa nhịp tim.

CUNG CẤP DƯỠNG CHẤT CHO MÁU

Sắt và hợp chất chống oxy hóa giúp nuôi dưỡng và làm sạch máu, cải thiện khả năng hấp thu oxy trong máu, cho nên củ dền được xem là bài thuốc dân gian chữa trị bệnh thiếu máu.

KHÁNG SƯNG VIÊM

Củ dền chứa choline, hỗ trợ tim và ngăn ngừa bệnh đái tháo đường.

CỦ DỀN VÀNG

Chứa hoạt chất betaxanthin, đặc biệt là vulgaxanthin, là sắc tố chống oxy hóa chính trong củ dền vàng, có tác dụng tăng cường miễn dịch.

HẤP THU TỐI ĐA DƯỠNG CHẤT

ĂN SỐNG

Củ dền bào sợi sẽ làm cho món rau trộn thêm bắt mắt, ngon giòn và bổ sung thêm dưỡng chất.

ĂN LÁ

Lá có nhiều dưỡng chất hơn củ, giàu vitamin K có tác dụng hỗ trợ tim và máu; beta-carotene hỗ trợ da và mắt.

TRÁNH NẤU LÂU

Củ dền hấp sơ hoặc nướng là cách hấp thu dưỡng chất tốt nhất. Củ dền tươi cần được nấu trong thời gian ngắn để lưu giữ lại các dưỡng chất.

CHẾ BIẾN

NƯỚC ÉP

Nước ép củ dền giúp giảm huyết áp trong 1 giờ sau khi uống. Uống nước ép củ dền thường xuyên giúp giảm nguy cơ mắc bệnh tim và là một phần trong chế độ ăn uống ngăn ngừa ung thư.

KẾT HỢP VỚI CÀ RỐT

Kết hợp củ dền và cà rốt trong món rau trộn (hoặc nước ép) để tăng cường sinh lực, tăng cảm giác ngon miệng, điều hòa hormone trong suốt giai đoạn mãn kinh.

SALAD

Lá dền có vị nhân nhẩn nhưng rất thích hợp cho món rau trộn, có tác dụng hỗ trợ tiêu hóa; hoặc hấp sơ lá dền (như cải bó xôi).

CÀ RỐT Carrots

 HỖ TRỢ TIÊU HÓA & TẠO CẢM GIÁC NO　 **GIẢM CHOLESTEROL**　 **CUNG CẤP CÁC HOẠT CHẤT CHỐNG OXY HÓA**　 **TĂNG CƯỜNG THỊ GIÁC**

Cà rốt giàu beta-carotene (tiền chất vitamin A). Chế độ dinh dưỡng giàu beta-carotene có tác động đáng kể đến một số bệnh **ung thư**. Cà rốt có tác dụng **hỗ trợ tiêu hóa, kiểm soát cân nặng**. Cà rốt cũng chứa silic, có tác dụng tích cực lên da và móng; tăng cường **thị giác** do chứa các hoạt chất beta-carotene, lutein và lycopene.

CÀ RỐT CAM

Chứa beta-carotene và hoạt chất chống oxy hóa lutein, lycopene giúp tăng cường thị giác.

CÀ RỐT TÍM

Chứa thêm một số sắc tố chống oxy hóa giúp ngăn ngừa viêm khớp và bệnh tim.

KIỂM SOÁT CÂN NẶNG

Cà rốt giàu chất xơ, tạo cảm giác no và điều hòa đường ruột.

GIẢM CHOLESTEROL

Cà rốt chứa một dạng canxi mà cơ thể dễ hấp thu, có tác dụng giảm cholesterol "xấu" (LDL).

BẢO VỆ DA & MÓNG

Ngoài beta-carotene, lutein và lycopene, cà rốt còn chứa silic giúp duy trì sức khỏe da và móng.

TĂNG CƯỜNG THỊ GIÁC

Lutein và lycopene giúp duy trì thị lực tốt và tăng khả năng điều tiết mắt trong bóng tối.

HẤP THU TỐI ĐA DƯỠNG CHẤT

ĂN SỐNG

Ăn sống cà rốt mỗi ngày có thể giảm nguy cơ mắc ung thư thực quản, dạ dày, ruột và tuyến tiền liệt. Ngoài ra, tinh dầu trong cà rốt cũng có tác dụng "đánh bật" ký sinh trùng đường ruột.

CHỌN CỦ TƯƠI

Ngay khi cà rốt vừa được thu hoạch thì hàm lượng beta-carotene đã bắt đầu giảm. Hãy chọn củ tươi và sử dụng càng sớm càng tốt.

ĂN CẢ LÁ

Phần lá và thân cà rốt có thể ăn được, giàu protein, khoáng chất và vitamin. Cho một ít thân và lá cà rốt vào món rau trộn; có thể dùng thay cho lá rau thơm; hoặc dùng để pha trà, tận dụng triệt để đặc tính kháng khuẩn và lợi tiểu.

CHẾ BIẾN

NƯỚC ÉP

Nước ép cà rốt giàu beta-carotene. Ngoài ra, có thể phối trộn cà rốt với các loại rau củ quả khác trong món nước ép.

BỮA TRƯA LÀNH MẠNH

Vài miếng cà rốt có thể làm sạch và giúp cho răng của trẻ thêm cứng chắc, có thể kích thích hàm dưới phát triển hơn, tránh cho răng mọc chen chúc.

SÚP CÀ RỐT

Có tác dụng chữa trị đau bụng hoặc tiêu hóa kém.

CỦ CẢI *Radishes*

 HỖ TRỢ CHỨC NĂNG GAN

 GIÚP GIẢM HUYẾT ÁP

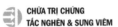 **CHỮA TRỊ CHỨNG TẮC NGHẼN & SƯNG VIÊM**

Củ cải thuộc họ bắp cải, có vị nồng, đa dạng về hình dạng, kích thước và màu sắc. Củ và lá củ cải giàu **vitamin C**, kali, magiê, **vitamin nhóm B** và các nguyên tố dạng vết giúp ngăn ngừa **cao huyết áp**. Tinh dầu củ cải có tác dụng hỗ trợ chức năng gan, kháng viêm và ngăn ngừa tắc nghẽn mạch máu.

CỦ CẢI ĐEN

Có vị cay, chứa các hoạt chất chống oxy hóa giúp bảo vệ ruột.

CỦ CẢI ĐỎ, TÍM & TRẮNG

Tinh dầu tập trung ở củ, có tính kháng khuẩn.

CÔNG DỤNG

LOẠI THẢI ĐỘC TỐ

Củ cải là thực phẩm hữu ích để tiêu hóa chất béo vì chúng kích thích tiết mật. Củ cải cũng có tác dụng làm sạch, thông thoáng túi mật, gan và mạch máu. Theo dân gian, củ cải được dùng để phá vỡ sỏi thận và sỏi mật. Củ cải cũng có tác dụng lợi tiểu và nhuận trường.

NGĂN NGỪA TĂNG HUYẾT ÁP

Củ cải giàu kali, giúp giữ huyết áp ở mức thấp.

THÔNG THOÁNG MẠCH MÁU

Củ cải giàu vitamin C, giúp chữa trị cảm, cúm. Nước ép củ cải là bài thuốc dân gian giúp chữa trị ho, viêm khớp và các vấn đề về túi mật.

CỦ CẢI TRẮNG (DAIKON)

Theo y học Trung Hoa, củ cải trắng có tính mát, được dùng để làm dịu cơn ho, viêm phế quản và viêm thanh quản.

HẤP THU TỐI ĐA DƯỠNG CHẤT

ĂN CẢ LÁ

Lá củ cải chứa hàm lượng vitamin C gấp 6 lần so với củ, và cung cấp nhiều canxi.

ĂN CỦ CẢI TRẮNG DAIKON

Củ cải trắng daikon, được dùng phổ biến ở phương Đông, giàu enzyme myrosinase hỗ trợ tiêu hóa, đồng thời sản sinh isothiocyanate, một hoạt chất chống oxy hóa có tác dụng chống ung thư.

CHẾ BIẾN

NƯỚC ÉP

Làm thức uống giải độc bằng cách ép củ cải, táo và cần tây. Để trị cảm lạnh, pha nước ép củ cải với mật ong theo tỉ lệ 1:1. Uống mỗi lần 1 muỗng, mỗi ngày 3 lần.

CANH CỦ CẢI

Hầm củ cải với bơ và nước hầm rau củ. Tắt bếp, cho xà lách xoong vào, nêm vừa ăn rồi thưởng thức.

RAU TRỘN

Xắt củ cải thành lát mỏng, trộn chung với rau xà lách và bưởi ruột đỏ. Rưới nước sốt được làm từ dầu hạt cải và nước ép bưởi.

KHOAI TÂY *POTATOES*

 KHÁNG SƯNG VIÊM   **GIÚP GIẢM HUYẾT ÁP**   **GIẢM CĂNG THẲNG**

Khoai tây giàu vitamin C, kali, chất xơ, vitamin nhóm B, đồng, tryptophan, mangan và cả lutein. Tính kiềm của khoai tây có tác dụng **loại thải độc tố** và **cân bằng axít** dư thừa trong cơ thể, giảm **sưng viêm** và đau do **viêm loét**. Khoai tây có tác dụng xoa dịu và kích thích **tuần hoàn máu** một cách tự nhiên; ngoài ra, vỏ khoai tây chứa axít chlorogenic giúp ngăn chặn sự đột biến tế bào.

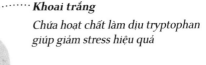

Khoai trắng

Chứa hoạt chất làm dịu tryptophan giúp giảm stress hiệu quả

Vỏ đỏ

Chứa hoạt chất chống oxy hóa anthocyanin có lợi cho tim

KHOAI TÂY BI

Lớp vỏ giàu chất dinh dưỡng, nên ăn cả vỏ.

CÔNG DỤNG

GIẢM SƯNG VIÊM

Khoai tây có tính kiềm và chống sưng viêm, làm dịu dạ dày và chứng viêm loét tá tràng, giảm axít trong dạ dày. Khoai tây còn có tác dụng giảm sưng viêm khớp.

GIÚP GIẢM HUYẾT ÁP

Khoai tây chứa axít chlorogenic và anthocyanin, hoạt chất hóa học giúp giảm huyết áp; ngoài ra, hoạt chất polyphenol trong khoai tây tím cũng có tác dụng có lợi cho cơ thể.

GIẢM CĂNG THẲNG

Khoai tây chứa hoạt chất tryptophan, một axít amin có tác dụng an thần tự nhiên.

KHOAI TÂY TÍM
Người Hàn Quốc ăn khoai tím như là một biện pháp giúp giảm cân.

Hấp thu tối đa dưỡng chất

NƯỚC ÉP

Uống nước ép khoai tây là cách hữu hiệu để hấp thu các hoạt tính kháng viêm. Rửa sạch củ khoai tím, mài nhuyễn, vắt lấy nước, rồi uống.

ĂN CẢ VỎ

Khoai tây sẽ mất đi phần lớn dưỡng chất nếu loại bỏ lớp vỏ trước khi luộc vì dưỡng chất sẽ thoát ra trong môi trường nước nóng. Khi mua khoai tây, tránh chọn những củ đã được rửa sạch sẽ vì quá trình rửa sẽ làm mất đi lớp bảo vệ tự nhiên, tạo điều kiện cho vi khuẩn xâm nhập gây thối củ. Chọn loại khoai được trồng theo phương pháp hữu cơ để đảm bảo lớp vỏ không bị nhiễm độc chất.

Chế biến

KHOAI TÂY CHIÊN ROSTI

Khoai tây luộc sơ. Khi đã nguội, mài nhuyễn khoai, trộn với một nắm lá cây tầm ma xắt nhuyễn. Nêm gia vị, ép thành từng bánh nhỏ, rồi chiên với ít dầu.

SALAD

Sử dụng khoai tây vỏ đỏ cho món rau trộn khoai tây nhằm bổ sung thêm các hoạt chất chống oxy hóa.

KHOAI TÂY NGHIỀN

Luộc khoai tây bi cho mềm, tán nhuyễn với tỏi và bơ/dầu.

DINH DƯỠNG
CHỮA BỆNH
RAU CỦ

SUSAN CURTIS - PAT THOMAS DRAGANA VILINAC

Chịu trách nhiệm xuất bản:
Giám đốc - Tổng Biên tập:
ĐINH THỊ THANH THỦY
Chịu trách nhiệm nội dung:
Phó Giám đốc - Phó Tổng Biên tập:
NGUYỄN TƯ TƯỜNG MINH

Biên tập: Chu Thị Kim Trang
Bìa: Nguyễn Hùng
Trình bày: Phương Thảo
Sửa bản in: Trần Minh

NHÀ XUẤT BẢN TỔNG HỢP THÀNH PHỐ HỒ CHÍ MINH

62 Nguyễn Thị Minh Khai - Quận 1
ĐT: (028) 38 225340 – 38 296764 – 38 247225
Fax: 84 28 38222726
Email: tonghop@nxbhcm.com.vn
Website: www.nxbhcm.com.vn
Sách điện tử: www.sachweb.vn

NHÀ SÁCH TỔNG HỢP 1
62 Nguyễn Thị Minh Khai - Q. 1, TP. HCM - ĐT: 028. 38 256 804
NHÀ SÁCH TỔNG HỢP 2
86 - 88 Nguyễn Tất Thành - Q. 4, TP. HCM - ĐT: 028.39 433 868
GIAN HÀNG M01 ĐƯỜNG SÁCH TP. HCM
Đường Nguyễn Văn Bình, Q. 1, TP. HCM

Thực hiện liên kết:
Công ty TNHH Văn hóa Sáng tạo Trí Việt (First News)
Địa chỉ: 11H Nguyễn Thị Minh Khai, Quận 1, TP. HCM

In 2.000 cuốn, khổ 14 x 17 cm tại Công ty Cổ phần In Scitech (D20/532HNguyễn Văn Linh, H. Bình Chánh, TP. HCM). Xác nhận ĐKXB số4491-2018/CXBIPH/05-371/THTPHCM ngày 03/12/2018 - QĐXB số 1405/QĐ-THTPHCM-2018 cấp ngày 06/12/2018.
ISBN: 978-604-58-8523-9. In xong và nộp lưu chiếu quý I/2019